தமிழ் - தமிழர் நலனில்

சுவாமி சகஜானந்தர் பணிகள்

பேரா. அன்பானந்தன்

அறம்
பதிப்பகம்

தமிழ் – தமிழர் நலனில் சுவாமி சகஜானந்தர் பணிகள்

பேரா. அன்பானந்தன்

முதல் பதிப்பு: ஆகஸ்ட் 2021

வெளியீடு: அறம் பதிப்பகம்,
3/582, முல்லைத் தெரு, கஸ்தூரிபாய் நகர்,
TNHB எதிரில், முள்ளிப்பட்டு கிராமம் & அஞ்சல்,
ஆரணி வட்டம், திருவண்ணாமலை மாவட்டம் – 632316
தொடர்புக்கு: 9150724997
மின்னஞ்சல்: arampublication50@gmail.com
அச்சிட்டோர்: துர்கா பிரிண்டர்ஸ், சென்னை–117

வடிவமைப்பு: ஜீ. முருகன்

பக்கங்கள்: 90

ISBN: 978-93-91480-15-8

Thamizh-Thamizhar nalanil
Swamy Sagajananda Panikal (Essays)

Author: Professor Anbanandan

First Edition: FebruaryAugust, 2021

Published by: Aram Publication
Address: No. 3/582, Mullai street,
Kasthuribai nagar, Mullipattu village & post
Arani Taluk - 632 316
Tiruvannamalai Dt, Tamil nadu

Contact Cell No: 9150724997
e-mail: arampublication50@gmail.com

Printed at: Durga printers, Chennai-117

Pages: 90

முன்னுரை

தாழ்த்தப்பட்ட மக்களின் மேம்பாட்டுக்குப் பெரிதும் வழிவகுக்கும் கல்விப்பணியை ஆற்றுவதற்கு இன்றுவரை எந்த ஆதிதிராவிட இயக்கங்களும் முயற்சி எடுக்காத சூழலில், ஒரு நூற்றாண்டுக்கு முன்பே இம்மக்களின் கல்விப்பணியில் அக்கறைக்கொண்டு அரும்பணி புரிந்தார் ஏ.எஸ். சுவாமி சகஜானந்தா அவர்கள்.

அழியாதக் கல்விச் செல்வம் மட்டுமே தாழ்த்தப்பட்ட மக்களின் மேம்பாட்டுக்கு உறுதுணையாக இருக்குமென்று உறுதியாக நம்பிய சுவாமி சகஜானந்தா அவர்கள் அன்று நந்தன் பெயரில் கல்விக்கழகத்தினை உருவாக்கினார்.

இவர் உருவாக்கிய இடத்தில் இன்று ஏழு கல்வி நிறுவனங்கள் செயல்பட்டு வருகின்றன. குறிப்பாக அவற்றில் இரண்டு மேல்நிலைப்பள்ளிகள் இரண்டு துவக்கப் பள்ளிகள். மற்றும் இரண்டு விடுதிகள், இவரது நினைவைப் போற்றும் வகையில் விளங்கி வருகின்றன.

புகழ்பெற்ற சிதம்பரத்தில், ஒரு கல்லூரியை ஆரம்பிக்க வேண்டுமென்ற இவரின் கனவுமட்டும் நிறைவேறவில்லை. தனி மனிதராக இருந்து சுவாமி சகஜானந்தா அவர்கள். கல்விப் பணியில் புரிந்த சாதனை அளப்பரியதாகும்.

அன்றைய காலக்கட்டத்தில் புகழ்பெற்று விளங்கிய பெருமக்களான, காந்தி, நேரு, அன்னிபெசண்ட், பாரதியார், வ.உ.சி, அண்ணாமலைச்செட்டியார், முத்தையாச்செட்டியார், ராஜாஜி, காமராஜர், கக்கன், இரட்டைமலை சீனிவாசன், எம்.சி.ராஜா, சத்தியவாணி முத்து போன்றோர்கள், இவர் நடத்தியப் பள்ளிகளுக்குச் சென்று தங்களின் பாராட்டுக்களைப் பதிவு செய்துள்ளார்கள்.

இவர் தமிழிலும், சமஸ்கிருதத்திலும் புலமைப் பெற்ற அறிஞராவார். தமிழக சட்டப்பேரவையிலும் பாராட்டத்தக்க

பணியாற்றினார், 1926 ஆம் ஆண்டு சென்னை மகாண அரசின் மேலவை உறுப்பிணராக நியமிக்கப்பட்டு 1959 ஆம் ஆண்டு வரை இப்பதவியிலும் பின்பு இவர் 1947 ஆம் ஆண்டில் மக்களால் தேர்ந்தெடுக்கப்பட்டு தான் இறக்கும் வரை (1989) தமிழக சட்டமன்ற உறுப்பினராக இருந்து அரும்பணியாற்றியத் தலைவராவார்.

இந்திய வரலாற்றிலேயே ஒருச்சிலரைத்தான் 34 ஆண்டுகள் சட்டப்பேரவை உறுப்பிணராக இருந்ததைக் குறிப்பிட முடியும். அந்தவகையில் தமிழக சட்டப்பேரவையின் தந்தை என்று அனைவராலும் போற்றப்பட்ட இவர், மக்களுக்கு ஆற்றிய அரும்பணியை தமிழக சட்டப்பேரவையின் பதிவு கள் இன்றளவும் பிரதிப்பலிக்கின்றன. சுவாமி சகஜானந்தா 1969 ஆம் ஆண்டில் சிதம்பரம் நந்தனார் ஆண்கள் பள்ளி, அங்கு நடைப்பெற்ற மாபெரும் கூட்டத்தில் இந்தியாவின் துணைப் பிரதமர் மாண்புமிகு பாபு ஜகஜீவன்ராமன் அவர்களால் திறக்கப்பட்டது.

மேலும் புரட்சியாளர்களான டாக்டர் அம்பேத்கர், தந்தைப் பெரியார், சுவாமி சகஜானந்தா ஆகிய பெருந்தலைவர்களின் நு□ற்றாண்டு விழாவை முப்பெரும் விழாவாக 1990ஆம் ஆண்டு அன்றைய தமிழக முதல்வர் டாக்டர் கலைஞர் அவர்களால் இப்பள்ளியில் சிறப்பாக கொண்டாடப்பட்டது என்பது இவரது தியாகத்திற்குச் சான்றாக திகழ்கின்றது.

முனைவர். அன்பானந்தன்

சிதம்பரம்

பதிப்புரை

தமிழ் – தமிழர் நலனில் சுவாமி சகஜானந்தர் பணிகள் என்ற இந்தப் புத்தகத்தை எழுதியுள்ள ஆசிரியர் அ. அன்பானந்தன் அவர்கள் சுவாமி சகஜானந்தா அவர்களின் நந்தனார் மடத்தின் வார்ப்பும் வளர்ப்பும் ஆவார்.

அவரளவுக்கு இன்று நந்தனார் மடத்தைப் பற்றியும், சுவாமி சகஜானந்தர் பற்றியும் அறிந்தவர்கள் யாரேனும் இருக்கிறார்களா என்று தெரியவில்லை. சுவாமி சகஜானந்தா குறித்த முழுமையான புத்தகங்கள் எந்தத் தலைப்பிலும் இதுவரையிலும் இல்லை எனும் நிலையில், சிறு சிறுக் குறிப்புகளாக இருக்கும் இந்தப் புத்தகமாவது மக்களின் கைகளில் சென்று சேரவேண்டும் என்னும் ஆவலில்தான் அறம் பதிப்பகம் இதை வெளியிடுகின்றது. இதற்குப் பின் சுவாமி குறித்துப் பலப் பதிவுகளும், புத்தகங்களும் வர வேண்டும் என்ற நம்பிக்கையோடு இதைப் பதிப்பிக்கிறது, பெருமையும் கொள்கிறது.

இந்தப் புத்தகத்தைத் தட்டச்சு செய்த திரு. குமரேசன் அவர்களுக்கும், அவர்களுடைய நண்பர்களுக்கும் முதற்கண் நன்றி. சிறப்பான வடிவமைப்பு மற்றும் அட்டைப்படத்தைத் தந்த அன்பிற்கினியத் தோழர், திரு. ஜீ. முருகன் அவர்களுக்கும் சிரம் தாழ்ந்த நன்றி. பிழைத்திருத்தம் செய்துதந்த தமிழாசிரியர் ஏழுமலை அய்யா அவர்களுக்கும் நெஞ்சார்ந்த நன்றி. இறுதியாக பதிப்புத்துறையில் செயல்பட வாய்ப்பளித்துக் கொண்டிருக்கும் அருட்பேராற்றலுக்கும் பிரபஞ்சத்துக்கும் நன்றி.

அறம் பதிப்பகத்துக்காக

அ.கௌ. இன்பகுமாரி

ஆரணி

ஆகஸ்ட் 2021

பொருளடக்கம்

சுவாமி சகஜானந்தா - நினைவுக் குறிப்பு

2004– லிருந்து 2006 வரை நான் ஒரு தொண்டு நிறுவனத்தில் ஆரணி பகுதியில் திட்ட அலுவலராக, ஆவணமாக்கம் மற்றும் சமூக வக்காலத்துக்காக பணியாற்றிக் கொண்டிருந்த காலம். அந்த நிறுவனத்திற்கு மறைந்த வரலாற்று ஆய்வாளரும், எழுத்தாளருமான திரு. ஏ.பி.வள்ளிநாயகம் அவர்கள் எங்க ளுக்குப் பயிற்சியளிக்க அடிக்கடி வருவார். நான் அவரிடம் எனது தனிப்பட்டக் கோரிக்கையாக அவர் சுவாமி சகஜானந்தா வாழ்க்கை வரலாற்றை புத்தகமாக எழுத வேண்டும் என்று கேட்டுக் கொண்டபோது (அப்போது அவர் தளபதி கிருஷ்ண சாமி புத்தகத்தை எழுதிக் கொண்டிருந்த காலம்)

அதற்கு அவர், நான் அடுத்த முறை வரும்போது நீங்கள் ஒரு ஒலிநாடாவில் அந்தவூரைச் சேர்ந்தவர்கள், அவர்களது குடும்பத்தினர், அவர் பண்ணை வேலை செய்த குடும்பம் என அனைவரிடமும் அவரைப் பற்றி கேட்டு அவர்கள் சொல்வதை அப்படியே பதிவுச் செய்துத்தாருங்கள். நான் அதை வைத்துக்கொண்டும் என்னிடமுள்ள தரவுகளைக் கொண்டும் ஒரு புத்தகம் எழுதுகிறேன் என்றார். நானும் அவ்வாறே செய்து அவரிடம் இரண்டு ஒலிநாடாவை "சுவாமி சகஜானந்தா குறிப்புகள்" என்று எழுதித் தந்தேன். அதற்குப் பின் நான் அந்த தொண்டுநிறுவனத்திலிருந்து விலக நேர்ந்தது. மேலும் வள்ளிநாயகமும் இறந்துவிட்டதால் எங்கள் நோக்கம் நிறைவேறாமலேயே போய்விட்டது. ஆனால் அந்த நிகழ்வு எனது நினைவில் செழுமையாக இருந்ததால் அவற்றை இங்கே பதிவு செய்வது பொருத்தமாக இருக்கும்.

சுவாமி சகஜானந்த அவர்கள் தற்போதைய இராணிப் பேட்டை, மாவட்டம் திமிரி ஒன்றியம், ஆற்காடு வட்டத் திலுள்ள மேல்புதுப்பாக்கம் கிராமத்தைச் சேர்ந்தவர். அது நான் வாழ்ந்து வரும் ஆரணியில் இருந்து 20 கல் தொலைவிலுள்ள

கிராமமாகும். அங்கு இந்து பறையர்கள் வாழும் பகுதி, கிறித்துவப் பறையர்கள் வாழும் பகுதி என இரண்டு பகுதிகள் உள்ளன. இதைத்தான் முறையே பழையக் காலனி, புதியக் காலனி என்று வகைப்படுத்தி வைத்திருக்கின்றனர்.

சுவாமி சகஜானந்தா வாழ்ந்த பகுதி இந்துக் காலனி பகுதியாகும். அதற்கு அருகிலேயே அவர் பண்ணை வேலை செய்த முதலாளியின் வீடும் உள்ளது. அந்த வீட்டின் மாட்டுத்தொழுவத்தில் இன்றும் சுவாமி சகஜானந்தாவின் புகைப்படம் மாட்டப்பட்டுள்ளது. இதற்கு காரணம் சுவாமி சகஜானந்தா, தொடர்ந்து அந்தக் குடும்பத்திற்கு உதவி வந்துள்ளார். குறிப்பாக மழையில்லாத காலங்களில் பொருளாதார உதவியும், புதிய கிணறு வெட்டுவதற்கும், மின்சார மோட்டார் வாங்குவதற்கும் உதவி செய்துள்ளார்.

அந்த பண்ணை நிலத்தில் இன்றும், மூன்று செங்கற்களை நட்டு அதில் மண்விளக்கு மற்றும் அகல்விளக்கேற்றி அவர் வழிபட்டு வந்த இடத்தை அப்படியே வைத்திருக்கின்றனர். விளக்கேற்ற எண்ணெய் இல்லையென்றாலும் தண்ணீர் ஊற்றியே விளக்கேற்றுவார் என்றும் அந்த விளக்கும் இரவெல்லாம் எரிந்து கொண்டிருக்கும் என்றும் சொல்லப் பட்டு வருகிறது. இந்த அதிசயத்தைப் பார்த்தவர்கள் பிறகு அவரை வாடா போடா என்று அழைப்பதை விட்டுவிட்டு, முனுசாமி என்னும் அவர் பெயரைச் சுருக்கி முனியா என்றே அழைக்கவும், சிலர் அவரை 'சாமியார்' என்றும் அழைத்து வந்திருக்கின்றனர்.

இளம் வயதிலிருந்தே அவருக்கு பிரம்மச்சார்யத்தில் மிகுந்த நாட்டம் இருந்ததால், பெண்களைக் கண்டால் நிமிர்ந்து கூடப் பார்க்கமாட்டாராம். அவருடையப் பெற்றோர்களுக்கு அவர் திருமணம் செய்துகொள்ளாமல் இருப்பது பெருங் கவலையாக இருந்தது என்றும், தனக்காக இருந்த முறைப் பெண்ணை அழைத்து எனக்குத் திருமணத்தில் நாட்டமில்லை என்று சொல்லி, அவருக்கு வேறு ஒருவருடன் திருமணத்தை நடத்தியும் வைத்திருக்கிறார் என்றும் சொல்கிறார்கள்.

சுவாமிக்கு ஆரம்பத்திலிருந்தே தனது தாயார் அவர்கள் எல்லா நிலையிலும் ஆதரவாக நின்றிருக்கின்றார். சுவாமியின்

தந்தை அவரை ஒரு முழு பண்ணையாளாக மாற்ற முயன்று தோற்றுப் போய் அவரை அடிக்கவும் செய்திருக்கிறார். அப்போதெல்லாம் அவர் கிருஷ்ண மந்திரத்தை ஜெபித்தபடி அமைதியாக நின்றிருப்பாராம். அவரது போக்குக்கு ஆதரவாக இருந்தது அவரது தாயார் அலுமேலு அம்மாள்தான். தன் பிள்ளையைப் பற்றி எப்போதும் பெருமை பேசும் அவர், 'ஒரு நாள் என் மகன் பெரிய சாமியாராகப் போகிறான்' என்பாராம்.

அவருடைய ஆன்மீகப் பயணத்தில் முணுகப்பட்டில் உள்ள நீலமேக சுவாமி மடத்திற்கு பெரும் பங்குண்டு. 100 ஆண்டுகளுக்கு மேற்பட்ட பாரம்பரியத்தை உடைய மடம் அது. சிறுவயதிலேயே பண்ணை வேலையை முடித்துவிட்டு இரவில் முணுகப்பட்டுக்கு தனியாக நடந்து சென்று, இரவெல்லாம் மடத்திலிருந்த தலைமை சுவாமியிடம் ஆன் மீகப் பாடம் பயின்றப் பின் விடியற்காலையில் வீடு திரும்பி, தனது பண்ணை வேலைக்கு வந்துவிடுவார் என்று அக்கிராம மக்களும் உறவினர்களும் பதிவு செய்தனர்.

முணுகப்பட்டிலுள்ள நீலமேகசாமி மடத்திற்குச் சென்று அவரைப் பற்றிய தகவல் சேகரிக்க அந்த காலகட்டத்தில் இயலாமல் போய்விட்டது பெருங்குறையாகவே எனக்கு இன்றுவரையுள்ளது.

மேல்புதுப்பாக்கம் கிராமத்தைச் சேர்ந்த பிள்ளைகள் இரண்டு பேருக்கு நந்தனார் மடத்தில் இலவசக் கல்வியைச் தந்திருக்கின்றார் சுவாமி. அந்தப் பிள்ளைகள் மடத்திலிருந்த மற்ற பிள்ளைகளோடு ஒத்துப்போகாததால் அந்த முயற்சியை கைவிட்டிருக்கிறார். ஆனால் சோளிங்கர் பகுதியிலிருந்து ஒருவர் சென்று படித்து வந்து தபால் துறையில் பணியாற்றி யிருக்கிறார். திருப்பத்தூர் பகுதியிலிருந்து நிறையப்பேர் அங்கு சென்று படித்து அரசு வேலைகளுக்குச் சென்றதாக அந்த ஊர் பள்ளி ஆசிரியரான திரு. பெர்ணபாஸ் கூறினார். மேலும் தனது குடும்பத்தினர்களுக்கும் தன்னை நாடி வந்தவர்களுக்கும் அவர் நிறைய உதவிகளைச் செய்திருக்கின்றார்.

சுவாமிகள், நந்தனார் மடத்தில் இரவு வேளையில் உணவு உண்டதும், மடத்துப் பிள்ளைகளிடம் குழந்தையைப் போல் பேசுவார், சிரிப்பார், விளையாடுவார் என்று அங்கு சமையல் வேலைக்குச் சென்றவர்கள் கூறினர்.

மேல்புதுப்பாக்கம் கிராமத்தைச் சேர்ந்த ஒருவர் சொன்னது: அவர் நந்தனார் மடத்தில் இருந்த காலகட்டத்தில், மேல் சாதியை சேர்ந்த சிலர் சுவாமியை கொல்லும் திட்டத்துடன் இருந்திருக்கின்றனர். சுவாமி அவரிடம், "அவர்கள் வந்து நான் எங்கே இருக்கிறேன் என்று விசாரித்தால், சிதம்பரம் கோயில் குளத்தில் குளித்துக்கொண்டிருக்கிறேன், அங்கு வந்து அவரைக் கொல்லச் சொன்னார் என்று சொல்லுங்கள்" என்று சொல்லிவிட்டு சென்றுவிட்டாராம். அதே போல அவர்கள் வந்ததும் சுவாமி சொன்ன தகவலைச் சொல்லியிருக்கிறார். அவர்கள் குளத்தை நோக்கி விரைந்ததும் இவரும் உடன் சென்றிருக்கிறார். அவர்கள் சென்று பார்த்த போது சுவாமி கை தனியாக, கால் தனியாக, உடல் தனியாக, தலை தனியாக என மிதந்து கொண்டிருந்தாராம். அதைப் பார்த்த அந்த கும்பல் மிரண்டு சிதறி ஓடிவிட்டதாம். அவரும் ஓடிவந்து மடத்தில் பயந்து பதுங்கி கொண்டாராம். ஆனால் விடியற்காலையில் சுவாமி முழு பொலிவோடு திரும்பி வந்ததை பார்த்து நாங்கள் அசந்து போனோம் என்றார். இந்த அதிசயத்தைப் பார்த்தப் பிறகுதான் சிதம்பரம் பகுதியில் இருந்த மேல்சாதிக்காரர்கள் அவரைக் கொலைச் செய்யும் முயற்சியைக் கைவிட்டு அவரை வணங்கத் தொடங்கினார்கள் என்றும் அவர் கூறினார்.

நந்தனார் மடத்தில் படித்த ஒரு ஐஏஎஸ் அதிகாரி, வேலூர் மாவட்டத்திற்கு ஆட்சியராக வந்தபோது, தனது சொந்த முயற்சியால், சுவாமியின் வீடு இருந்த இடத்தில் ஒரு மணிமண்டபம் மற்றும் திருமண மண்டபத்தைக் கட்டினார். ஆனால் உறவுகளுக்குள் ஏற்பட்ட சொத்துத் தகராறு வழக்கால் அந்த மண்டபம் திறக்கப்படாமலேயே மாட்டுத் தொழுவமாக உள்ளது.

அந்த ஊரின் ஊராட்சி மன்றத் தலைவராக இருந்தவரிடம், சுவாமி சகஜானந்தாவின் அருமைப் பெருமைகளைச் சொல்லி அந்த மண்டபத்தைத் திறக்கவும், பராமரிக்கவும் உதவிச் செய்யுங்கள் என்ற கோரிக்கையை நான் வைத்துவிட்டு வந்தபோது, என்னுடன் வந்தவர், வழக்குப் போட்ட குடும்பத்தைச் சேர்ந்தவர்தான் அந்த ஊராட்சி மன்றத் தலைவர் என்றார்.

கல்வி மட்டுமே பட்டியலின மக்களை உயர்த்தும் என்ற எண்ணத்துடன், சிதம்பரம், கடலூர் மாவட்டத்துப் பிள்ளைகளைக் கல்வியில் உயர்த்தி, அவர்களது குடும்பத்தின் வாழ்வாதாரம் உயரக் காரணமாக இருந்த நந்தனார் மடம் மட்டுமே, வரலாற்றில் பட்டியலின மக்களுக்கான முதல் மற்றும் கடைசியான கல்விக்கூடமாகப் பதிவு செய்யப் பட்டிருக்கிறது.

அவருக்குப்பின் வந்த பட்டியலின சாதியைச் சார்ந்த தலைவர்கள் யாராலுமே நந்தனார் மடத்தை தொடர்ந்து இயங்கச் செய்ய முடியாமல் போனதும், அதை இழுத்து மூடச் செய்ததும்தான் பறையர் சமூகம் சுவாமிக்குச் செய்த நன்றிக்கடன், வரலாறு.

வேதனையுடன்,

மா. அமரேசன்

ஆரணி,
ஆகஸ்ட் 2021

வாழ்க்கைக் குறிப்பு

தமிழ் தமிழர் நலனில் வள்ளுவத்தின் வழிவந்த தமிழ் அந்தணர் சுவாமி அ.சிவ.சகஜாநந்தம் ஓர் அறிமுகம்

பூர்வ பௌத்தக்குடிகளை இந்துக்களாகிய நாங்கள் வென்ற படியால், எங்களுக்கு அவர்கள் தாழ்த்தப்பட்டவர்கள் ஆனார்கள். குறிப்பாக, சுத்தமாகவும், நாகரிகமாகவும் இருக்கக்கூடாது. முக்கியமாக ஆண்கள், பெண்கள் படிக்கக்கூடாது. மீறினால் காது, நாக்கு மனுநீதி சட்டம் மூலம் தண்டனைக்குள்ளாகும் என்று இந்து மனுதர்ம விதி கூறுகிறது. இக்கொடுமைகள் சுமார், கி.பி.10ஆம் நூற்றாண்டு காலம் முதல் கி.பி.19ஆம் நூற்றாண்டு வரை காலம் வரை நீடித்தது. இம்மக்களை வலங்கை இடங்கைச் சாதிப் பிரிவுகள் எனவும் ஏமாற்றி, தீண்டப்படாதவர்கள் என்று ஒதுக்கி வைத்தார்கள்.

இந்நிலையில், தென்னிந்தியாவின் சாக்கையர் பௌத்தச் சங்கத் தலைவரான க. அயோத்திதாசப் பண்டிதர் ஆகியோர்களின் முன்முயற்ச்சியின் விளைவால், ஆரியவேஷப் பிராமணர்களின் கொடுஞ் செயல்களை முடிவுக்கு கொண்டு வந்தனர்.

அதாவது, அன்றே இம்மக்கள் இந்து மனுதர்ம விதியினை மீறி கல்விபயில ஆரம்பித்தனர். இவ்வரலாற்றுப் பாரம்பரியத்தில் இந்து மதம் என்ற நிறுவனத்திலேயே சைவம், வைணவம், வேதம் ஆகமம், புராணம் போன்றவைகளைக் கற்று ஆரிய வேஷப் பிராமணர்களுக்கு பேரிடியாய்த் தோன்றியவர்தான், ஏ. எஸ். சுவாமி சகஜானந்தா அடிகளார் அவர்கள்.

சுவாமிசகஜானந்தரின் பூர்வீகம்

சுவாமி சகஜானந்தா அவர்கள் ஆரணியிலிருந்து காஞ்சிபுரம் செல்லும் வழியிலுள்ள மேல் புதுப்பாக்கம் என்ற சிறிய கிராமத்தில் அண்ணாமலை அலமேலு என்னும் ஆதிதிராவிட இணையருக்கு முதல் மகனான 27.01.1890 ஆம் ஆண்டு பிறந்தார். இவரின் இயற்பெயர் முனுசாமி ஆகும்.

இவருக்கு மாசிலாமணி என்ற ஒரு சகோதரனும், எட்டியம்மாள், பாக்கியலட்சுமி, கமலநாயகி என்ற மூன்று இளைய சகோதரிகளும் இருந்தனர். இவர் வறுமையின் கொடுமையிலும் அய்ந்தாம் வகுப்பு வரை மட்டுமே பயின்று வந்தார், சுவாமி சகஜானந்தா (முனுசாமி) அவர்கள் இவ்வூரைவிட்டு வெளியேறி, உயர்கல்விக்காக திண்டிவனத்திலுள்ள அமெரிக்கன் ஆற்காடு (வெர்ப்) கிறிஸ்துவ உயர்நிலைப் பள்ளியில் 1901ஆம் ஆண்டு 6ஆம் வகுப்பில் சிகாமணி என பெயர் மாற்றப்பெற்று, பயின்று வந்தார்.

1903ஆம் ஆண்டில் தம்முடைய விடுதி செலவுக்காக கோலார் தங்கச்சுரங்கத்தில் பணிபுரிந்து வந்த தன்னுடைய பெற்றோர்களிடம் ரூ.60 பெறுவதற்கு அங்குச் சென்றார். அப்பொழுது, அங்கு நடைபெற்ற ஆன்மீக சொற்பொழிவுகளைக் விற்பனை செய்த ஆன்மீக நூலினைப் பெற்று, தம் வாழ்வில் மனமாற்றத்தினை ஏற்படுத்திக் கொண்டார்.

பின்பு, இவர் தம் சொந்த ஊர் திரும்பிய நிலையில், நீலமேகசாமி என்பவரைத் தொடர்புக் கொண்டு தம்முடைய ஆன்மீக ஆற்றலையும், செயலையும் பெருக்கிக் கொண்ட புனிதராவார், சுவாமி சகஜானந்தா அவர்கள் தம்முடைய 16.ஆம் வயதில் துறவு பூண்டு பல ஆலயங்களுக்குச் சென்றார். இருப்பினும் தான் முறையாக வேதங்கள் பயின்றும் ஆலயங்களுக்குள்ளே நம்மை ஏன் ஆரிய வேஷப் பிராமணர்களுக்கும், சாதி இந்துக்களும் உள்ளே விட மறுக்கின்றனர்? என எண்ணி வெகுண்டெழுந்தார்.

வேஷப் பிராமணர்களிடம் தூய ஞானம், அறிவு போன்றவைகள் தென்படவில்லை. அதற்கு மாறாக மூடத்தன

மாக சாதி, மொழி, இனம், வயது, தீண்டாமை போன்ற வைகளைக் கொண்டவர்களே இருந்தனர். அதாவது அவர்கள் சாதுக்கள் என்ற போர்வையில் இவ் விழிச் செயலைச் செய்து வந்தனர்.

இவர்களை அயோத்திதாசப் பண்டிதர் அவர்கள் ஆரிய வேஷப் பிராமணர்கள் என்றழைப்பார். இந்த உண்மையினை அப்படியே சுவாமி அவர்களும் அங்கு கண்கூடாகப்பார்க்கும் வாய்ப்பு ஏற்பட்டது.

இருப்பினும், 1907ஆம் வருடம் 17ஆம் வயதில் முறையாக காஞ்சிக்கு அருகேயுள்ள நரசிங்கபுரம் தட்சணாசாமி இன்றும் வைணவ குருவிடம் முறையான அங்கீகாரத்தைப் பெற்றார். பின்பு, 1908ஆம் ஆண்டு சென்னை வியாசர்பாடியில் செங்கல் வராய நாயகர் தோட்டத்தில் முறையாக ஞான யோகப் பயிற்சி அளித்து வந்த கரபாத்திர சிவப்பிரகாச சுவாமிகளிடம் சீடராகச் சேர்ந்துப் பணி ஆற்றி தேர்ச்சி பெற்று, ஜெகஜாநந்தம் என்ற சிறப்பு ஞான பெயர் பெற்றார்.

(அதாவது, ஜெகம் என்பது உலகம், நத்தம் என்பது செல்வம் அல்லது அழகு என்ற பொருளில் ஜெகஜாநந்தம் என்று அனைவராலும் அழைக்கலானார்). இவரும் ஏ.எஸ். சகஜாநந்தம் அடிகள் என்பதற்கு ஏ என்ற எழுத்து தம் தாய் தந்தைக்கும் (அண்ணாமலை அலமேலு). எஸ் என்பது தமது குருவான சிவப்பிரகாசரைக் குறிக்கும் வகையில் தமது பெயரினை ஆங்கிலத்தில் ஏ. எஸ். சுவாமி சகஜாநந்தம் என ஏற்றுக் கொண்டு வீரத் துறவியாக வலம் வந்தார்.

சுவாமி ஏ.எஸ் சகஜாநந்தா அடிகளாரின் வாழ்க்கைப் பயணங்களில் சில

1. பிறப்பு: 27.01.1890 அன்று அச்சிரப்பாக்கம், ஆரணி அருகில் மேல் புதுப்பாக்கம், ஆதிதிராவிடர் குடியில் அண்ணா மலை அலமேலுக்கு மூத்த மகனாக சுவாமி சகஜாநந்தா அவர்கள் பிறந்தார். இவரின் இயற்பெயர் முனுசாமி ஆகும்.

2. படிப்பு,1895ஆம் ஆண்டு ஆரம்பக்கல்வி மேல் புதுபாக்கத்திலும், கிராமத் தொடக்கப்பள்ளியில் 8ஆம் வகுப்பு வரை பயின்றார்.

3. 1901ஆம் ஆண்டு திண்டிவனம் அமெரிக்கன், ஆற்காடு கிறிஸ்துவ லுத்தரம் உயர்நிலைப் பள்ளியில் 6ஆம் வகுப்பு முதல் 8ஆம் வகுப்பு வரையிலும் பயின்றார். தமது முனுசாமி என்ற பெயர் சிகாமணியாக இப்பள்ளியில் மாற்றப்பட்டது.

4. 1905ஆம் ஆண்டு இப்பள்ளியில் கிறிஸ்தவ மதம் மாற மறுத்து, இப்பள்ளியை விட்டு கோலார் தங்க வயலில் பெற்றோரோடு வாழ்ந்தபோது பக்தவிஜயம் என்ற நூலைக்கற்றார்.

5. 1906ஆம் ஆண்டு சுவாமி அவர்கள் ஊர் திரும்பி சுப்ப நாயுடு பண்ணையில் பெற்றோருடன் கவலை ஏற்றம் (நீர் இறைக்கும்) வேலை செய்தார். அப்பொழுது இவருக்கு ஞானப்பித்தன் என்ற பெயர் கேலியாகவும் கிண்டலுமாகவும் பரவின.

6. 1907–09ஆம் ஆண்டு தமது 16ஆம் வயதில் முனுகுப்பட்டு நீலமேக சுவாமி, காஞ்சிபுரம் தட்சணாமூர்த்தி சுவாமியுடன் சன்னியாசம் பெற்று, சென்னை கோ. வடிவேல் செட்டியார், கூவம் கயிலாச சுவாமியிடம் ஞானம் பெற்றதோடு. சென்னை வியாசர்பாடி கரபாத்திர சிவப்பிரகாச சுவாமி யிடமும் ஞானம் பெற்று முழு சன்னியாசம் அடைந்தார். இவரை பறையர் என்று சாதுக்கள் கூறி, தண்ணீர்ப்பானையில் தண்ணீர் எடுக்க மறுத்தனர். பின்பு சிகாமணி என்ற பெயர் ஜெகஜாநந்நம் என்று மாற்றம் பெற்றது.

7. 7.7.1910 அன்று கரபாத்திர சிவப்பிரகாச சுவாமியின் கட்டளைப்படி, மண்ணடி முருகேசன் பிள்ளையுடன் சிதம்பரம் ஓமக்குளம் அடைந்து, நந்தன் பெயரில் மத சேவையினை தொடங்கினார், அங்கேயே நந்தனாருக்குப் பணிபுரிந்து வந்த அரசூர் ஆறுமுகம் சுவாமி, பின்னத்தூர் இலட்சுமண சுவாமியோடு பணிகளைத் தொடங்கினார். பின்பு, நந்தனார் மடத்தினை முறையாக அமைத்தார். அப்பொழுது பரஞ்சோதி சுவாமியைச் சந்தித்தார்.

8. 1910–16 நந்தனார் கல்விக்கழகம் தொடங்க முயற்சி மேற்கொண்டு அடிக்கல் நாட்டினார்.

9. 20.5.1917 அன்று ஏற்கனவே அப்பகுதியில் இலவச திண்ணைப் பள்ளி நடத்தி வந்த சி.தண்டேஸ்வரநல்லூர் வி. மாரிமுத்து ஆசிரியரோடு சுவாமி அவர்கள் நந்தனார் ஆரம்பப்பள்ளியை 25 மாணவ மாணவிகளோடு தொடங்கினார்.

10. 1918ஆம் ஆண்டு பிரிட்டிஷ் அரசாங்கம் பஞ்ச மருக்குப்படிப்பளிக்கும் அரசு ஆணையின்படி, இப்பள்ளியில் அவ்வமயம் 64 மாணவர்களைச் சேர்ப்பதற்கு அரசு அனுமதி அளித்தது.

11. 1916ஆம் ஆண்டு முதல் சுவாமி அவர்கள் தமிழ் மற்றும் ஆன்மீகப் புலமையின் காரணமாக மலேசியா, பர்மா, சிங்கப்பூர், இரங்கூன் சென்று சொற்பொழிவு புரிந்து, அதன் மூலம் வரும் நிதிகளை இப்பள்ளிக்கு பொருளாகச்சேர்த்து வந்தார்.

12. 1919ஆம் ஆண்டு வைசிராய் இராஜாஜி அவர்கள் சிதம்பரம் வந்தபோது சுவாமி அவர்களின் கல்வி பணியினைப் பாராட்டி, நந்தனார் கல்விக்கழகத்திற்கு 51 ஏக்கர் 98 சென்ட் நிலத்தைப் பட்டா செய்து வழங்கினார்.

13. 1920ஆம் ஆண்டு முறையாக 20 பெண்கள், பள்ளியில் சேர்க்கப்பட்டார்.

14. 1923ஆம் ஆண்டு மலேசிய நாட்டு வள்ளல் நானுநாதன் செட்டியார் அவர்கள் இப்பள்ளியைப் பார்வையிட்டார்.

15. 1923ஆம் ஆண்டு சிதம்பரம் ஓமக்குளம் தென்கரைக்கு வள்ளல் நானுநாதன் வருகை புரிந்து சிவலோகநாதர் ஆலயத்திற்கு அடிக்கல் நாட்டினார். பின்னர் சுவாமி அவர்களால் ஆண்கள் பள்ளி உயர் தொடக்கப்பள்ளியாக மாற்றப்பட்டது.

16. 1926ஆம் ஆண்டு சிதம்பரம் நகரமன்றத் தலைவராகவும். உறுப்பினராகவும் சுவாமி அவர்கள் பணியாற்றினார்.

17. 1928 மற்றும் 1932–1939 முதல் 1959ஆம் ஆண்டுகளில் சுவாமி அவர்கள் சென்னை மாகாண லெஜிஸ்லேடிவ்

கவுன்ஸில் மெம்பராகவும், பின்பு எம்.எல். ஏவாகவும் பணியாற்றி வந்தார்.

18. 1929ஆம் ஆண்டு இப்பள்ளியில் 100 மாணவர்களுக்கும், 30 மாணவியர்களுக்கும் விடுதி வசதி செய்து கொடுத்தார்.

19. 1929 ஆம் ஆண்டு அண்ணாமலைச் செட்டியார் அவர் களால் ஏற்படுத்தப்பட்ட அண்ணாமலைப் பல்கலைக் கழகம் (மீனாட்சி கல்லூரி) தொடங்க சுவாமி அவர்கள் உதவினார்.

20. 1930ஆம் ஆண்டு முதலே சிதம்பரத்தில் நடை பெற்ற நடராஜர் தரிசன விழாவில் தீட்சிதப்பாப்பனர் எதிர்ப் புகளுக்கிடையே, நந்தனார் பட ஊர்வலத்தினைத் தனித்தே நடத்தி வந்தார். இவர் பல நூல்களை எழுதியதோடு பரஞ் சோதி என்னும் இதழையும் நடத்தி வந்தார்.

21. 1930ஆம் ஆண்டு சுவாமி அவர்கள் 16 ஆதிதிராவிடர்கள் சங்கத்திற்கு தலைமை ஏற்று டாக்டர், அம்பேத்கரும், இரட்டைமலை சீனிவாசனும் இலண்டன் வட்டமேசை மாநாடு செல்ல தமது பாராட்டுக்களையும், ஆதரவையும் வழங்கினார்.

22. 1931ஆம் ஆண்டு அம்பேத்கரின் பூனா ஒப்பந்தத்தின் படி, தனித்தொகுதி முறையை ஆதரித்து தமது இதழில் எழுதி வந்தார்.

23. 1933 ஆம் ஆண்டு சிதம்பரத்தில் சுவாமி அவர்கள் பொது வீதிகளிலும், கோயில்களிலும் நுழைய வேண்டி ஊர்வலமாகச் செல்லும்பொழுது தாக்கப்பட்டார்.

24. 1934 ஆம் ஆண்டு காந்தி அவர்கள் இரண்டாவது முறையாக ஓமக்குளம் பள்ளிக்கு வருகை புரிந்து, ஓமக்குளம் நந்தனார் மடத்தில் தங்கினார்.

25. 1937 ஆம் ஆண்டு சுவாமி அவர்கள் பள்ளியை விரிவுபடுத்த ஓமக்குளத்திலிருந்த பள்ளி விடுதிகளை முத்து காமாட்சியம்மன் தோட்டத்திற்கு மாற்றியும், மேலும் தனியாக பெண்கள் உயர் தொடக்கப்பள்ளியையும் ஏற்படுத்தினார்.

26. 1939 ஆம் ஆண்டு நந்தனார் கல்விக் கழகத்தினை சுவாமி அவர்களின் விருப்பப்படி பிரிட்டிஷ் அரசிடம் ஒப்படைத்தார்.

27. 1940–41 ஆம் ஆண்டு சுவாமி அவர்கள் அண்ணா மலைப் பல்கலைக்கழகத் தமிழ் அறிஞர்களில் ஒருவராகவும் விளங்கி. அங்கு சிறப்புத் தமிழ்ச் சொற்பொழிவு விரிவுரை யாளராகவும் இருந்துவந்தார்.1926 ஆம் ஆண்டு முதல் இப்பல் கலைக்கழகத்தில் ஆயுட்கால (செனட்) உறுப்பினராக நியமிக் கப்பட்டார். இவர் இறக்கும் வரையில் இப்பதவியில் இருந்து வந்தார்.

28. 22.6.1947 அன்று சிதம்பரத்திலுள்ள நடராஜர்கோயில், தில்லையம்மன் கோயில்களில் ஆலய நுழைவு மேற்கொண்டு ஆதிதிராவிடர்களை உள்ளே அழைத்துச் சென்றார்.

29. 1947 ஆம் நந்தனார் பள்ளியை ஆண்கள் நடுநிலைப் பள்ளியாக மாற்றினார்.

30. 1949–50ஆம் ஆண்டுகளில் இது ஆண்கள் உயர்நிலைப் பள்ளியாக வளர்ச்சி யடைந்தது.

31. 1952 ஆம் ஆண்டு முதல் 11ஆம் வகுப்புகள் தொடங்கப் பட்டன.

32. 1952 ஆம் ஆண்டு சென்னை (தமிழ்நாடு) காங்கிரஸ் அரிஜன லீக் மகாநாட்டிற்குத் தலைமை ஏற்றார்.

33. 1954ஆம் ஆண்டு சுவாமி அவர்கள் உயிரோடு இருக்கும்போதே, அவரின் தமிழ்ச்சேவையினைப் பாராட்டி ஓமக்குளம் நந்தனார் மடத்தில் ஆசிரியை கோவிந்தம்மாள், சுவாமி சகஜாநந்தாவின் உருவச் சிலை அமைத்து, அதனை ஜெ. சிவசண்முகம் பிள்ளை (சபாநாயகர் தலைமையில்), இராஜா. முத்தையாச் செட்டியார் எம். எல். சி. அவர்கள் ரூ.5.000 உதவி புரிந்து இச்சிலையினைத் திறந்து வைத்தார்.

34. 1957 ஆம் ஆண்டு மே 12 ஆம் தேதி முதுகுளத்தூர் கலவரத்தில் தலைவர் இம்மானுவேல் சேகரன் படுகொலை யினைக் கண்டித்து சட்டமன்றத்தில் சுவாமி அவர்கள் கடுமை யான கண்டன உரையாற்றினார்.

35. வள்ளுவத்தின் வழிவந்த, எதார்த்த பிராமணர் சுவாமி சகஜாநந்தா அடிகளார் அவர்கள் 1.5.1959 அன்று இயற்கை எய்தினார்.

29.3.1969 அன்று சுவாமி சகஜாநந்தாவின் பள்ளியின் பொன்விழா கொண்டாடப்பட்டது. டாக்டர். கலைஞர் தலைமையில் சுவாமிஜியின் முழு உருவச்சிலையை நந்தனார் ஆண்கள் மேல்நிலைப்பள்ளியில் துணைப்பிரதமர் பாபு ஜெகஜீவன்ராமன் அவர்கள் திறந்து வைத்தார்.

அதேபோன்று, *1990* ஆம் ஆண்டு பெருந் தலைவர்களான டாக்டர். அம்பேத்கர், தந்தை பெரியார், சுவாமி சகஜாநந்தா ஆகியோர்கள் நூற்றாண்டு விழா முதல்வர் டாக்டர். கலைஞர் மு. கருணாநிதி அவர்களின் தலைமையில், சிதம்பரம் நந்தனார் ஆண்கள் மேல்நிலைப்பள்ளி வளாகத்தில் நடைபெற்றது.

கல்விப்பணி

சென்னையிலிருந்து சுவாமி சகஜாநந்தா அவர்கள் நந்தனைக் காண,1910 ஆம் ஆண்டு ஜுலை 7ஆம் நாள் சிதம்பரம் நடராஜர் கோவில் தரிசனத்திற்கு வந்தார், சிதம்பரம் ஓமக் குளம் பகுதிக்குச் சென்று நந்தனைப்பற்றி இங்குள்ளவர்களிடம் விசாரணைப்புரிந்து, இங்கே நந்தன் பெயரிலேயே சேவை மையத்தைத் தொடங்கினார். இங்கு ஏற்கனவே சிறிய அளவில் மடம் இருந்தது.

இம்மையத்தில் அனைவருக்கும் கல்வி, வேதம், இதிகாசம், குறள், தேவாரம், திருவாசகம், ஆன்மீகம் போன்றவைகளை ஆண்–பெண் வித்தியாசமின்றி, அனைவருக்கும் போதித்து வந்தார். இச்செயல் சிதம்பரம் தீட்ஷிதர்களான ஆரியர்களுக்கும், சாதி இந்துகளுக்கும் கோபத்தை உண்டு செய்தது. இந்நிலையில், சுவாமி அவர்கள் ஓமக்குளம் பகுதிவாழ் ஆதிதிராவிடர்கள் துணையுடன் 1916 ஆம் ஆண்டு 6 செண்ட் நிலத்தோடும், மேலும் 24 செண்ட் மனையை மாவட்ட கலெக்டர் மூலம் பெற்றார்.

பின்பு, சுவாமி அவர்கள் இந்துமத விதிக்கு நேர் எதிராக தம் இனப்பிள்ளைகளுக்கு சாதியத் தீண்டாமைக் கொடுமையினை விளங்குவதற்கும் ஏழ்மை, வறுமை, பொருளாதார முன்னேற்றம் ஆன்மீகம் போன்றவைகள் பெறுவதற்கு கல்வி, ஞானம் பெற்றவர்களும், தியாக மனப்பான்மையைக் கொண்டவர்களும், போதிய அளவு பஞ்சப்படியான நிதி ஏற்பாடு போன்றவைகள் கிடைப்பதும் கடினமாக இருந்தது.

மேலும், முழுச் சேவை மனதுடன் இம்மக்களை புதிய ஞானம் அடைந்தவர்களாக உண்டுச்செய்வதற்கு தேவையான ஆசிரியர்களே அவசியம் தேவை என்று உணர்ந்திருந்தார்.

நந்தனார் பள்ளியின் முதல் தலைமை ஆசிரியர் வீ. மாரிமுத்து விடம் தொடர்பு

பண்டிதர் திரு. வீ. மாரிமுத்து ஆசிரியர் அவர்கள் (1910 ஆம் ஆண்டு முதல்) இப்பகுதியில் இலவச திண்ணைப்பள்ளி நடத்தி வந்தார். இவர் சுவாமியின் உண்மை நோக்கத்தினைக் கண்டு ணர்ந்து, சுவாமி அவர்களுடன் நெருங்கி, இருவரும் இணைந்து, நம் ஆதிதிராவிட இன குழந்தைகளுக்கு அறிவுக் கண் திறப்பதற்கு முயற்சி செய்வோம் என்று கூறி, சிதம்பரம் பகுதி சி. தண்டேஸ்வர நல்லூர் ஆலங்குளம், வடக்குத்தெரு, தச்சன்தெரு போன்ற இடங்களில் ஏற்கனவே மாரிமுத்து ஆசிரியரால் நடத்தப்பட்ட பள்ளியில் கல்விப்பயின்ற மாணவர் களுடன் சுவாமி சகஜாநந்தா அவர்களால் ஏற்பாடு செய்யப் பட்டிருந்த ஓமக்குளம் தென்கரையில் அமைந்துள்ள நந்தனார் பெயரிலான மடத்தில் பள்ளிக்கூடம் அமைத்தனர்.

இப்பள்ளி, பல ஊர் கிராம ஆண்பெண் குழந்தைகளும் கல்வி பயில வசதியாக அமைந்தது. அவ்வமயம், சிதம்பரத்தைச் சுற்றியுள்ள அம்மன் கோவில், பொன்னாங்கன்னிமேடு, பழைய நல்லூர், வேளங்குடி மற்றும் சிதம்பரம் 1வது வார்டு (கஸ்பா தெரு), கொற்றவன்குடி, தெற்கு மற்றும் வடக்கு தில்லைநாயகபுரம் போன்ற கிராமப்புற மாணவ, மாணவிகள் சுமார், 25 பேர்களைக் கொண்டு மிகச் சிரமத்திற்கிடையே ஓமக் குளத்தில் பள்ளிக்கூடத்தைத் தொடங்கினார்கள்.

அப்பொழுது, மாணவர்கள் கல்விக் கற்க கிடைப்பதற்கு அரிதான ஒன்றாகும். இதனால் சுவாமியும் மாரிமுத்து ஆசிரி யரும் ஒவ்வொரு கிராமமாச் சென்று மாணவ-மாணவியர் களை அழைத்து வந்தனர்.

ஆசிரியர் மாரிமுத்து அவர்கள் பழைய நல்லூர் கிராமத்தில் மாணவர்களைக் கல்வி பயில அழைத்து வரச் செல்லும்போது ஆதிதிராவிடர்களும், மற்றவர்களும் சேர்ந்து இவரைத்தாக்கி, மரத்தில் கட்டி வைத்து நிருவாணப்படுத்தியும், சாணி துடைப் பானால் அடித்தும் அவமானப்படுத்தினர். காரணம், எங்கள் பிள்ளைகள் ஆடு மாடுகள் மேய்ப்பதை தடுக்கிறியே! என்று

அடித்து உதைத்தனர், ஆனால், இவ்விருவரும் இவ்வகையான அவமானம் போன்றவைகளை எடுத்துக் கொள்ளாமல், தம்இன விடுதலைக்காகவே பணியாற்றி வந்தனர்.

திரு. மாரிமுத்து ஆசிரியர் அவர்கள் சுவாமி இறப்பு வரையிலும் தம் சமூகப் பணிக்காக எந்தவித ஊதியமோ, சலுகைகளோ பெறவில்லை என்பது குறிப்பிடத்தக்கதாகும். சுவாமி அவர்கள் மாரிமுத்து ஆசிரியரைத் தேர்ந்தெடுத்து, பழகிய நெருக்கத்தினை இதன் மூலம் அறிய முடிகிறது. இவர்களின் தியாகங்களே இன்று நாம் விடும் மூச்சாக திகழ்கிறது என்றால் அது மிகையாகாது.

சுவாமி சகஜாநந்தா அவர்கள் ஓர் உண்மையான ஊழியரான திரு. வீ. மாரிமுத்து என்பவரைத் தேர்ந்தெடுத்து அவரையே நந்தனார் பள்ளிக்கு முதல் தலைமை யாசிரியராக நியமனம் செய்தார்.(இவர் ஏற்கனவே இப்பகுதியில் திண்ணைப்பள்ளி நடத்திவந்தவர் ஆவார்). அவ்வாசிரியருடன் இருவரும் இரவும் பகலுமாக அண்டை ஆதிதிராவிட வாழ்விட பகுதிகளுக்குச் சென்று இப்பள்ளியில் குழந்தைகளைச் சேர்க்குமாறு பெற் றோர்களை வற்புறுத்தினார்கள்.

திரு. வீ. மாரிமுத்து என்ற அந்த நல்லாசிரியர் (1910 முதல் 1950 வரை) சம்பளம் ஏதும் பெறாமலேயே பணி யாற்றி வந்தார்.. (பொன். சுப்ரமணியம், நந்தனார் கல்வி நிறுவனங்களும், சுவாமி சகஜாநந்தரும் ஓர் ஆய்வு, பி.எச்.டி.. பட்டத்திற்கான ஆய்வுக் கட்டுரை, மாநிலக்கல்லூரி சென்னைப் பல்கலைக்கழகம், சென்னை செப்டம்பர் 1988, பக்.80).

சுவாமி அவர்கள் ஆரியத்தின் கொடுமையின் அடையாளமான தில்லையில் நந்தன் பெயரிலேயே பள்ளிகள் அமைத்ததனால் தீட்சிதர்களும் ஆசிரியர்களுக்கும், சாதி இந்துக்களுக்கும் பொறுக்காமல் பல இடையூறல்களும், கொலை மிரட்டல்களும் செய்தனர். ஆனால், எதிர்ப்புகளை மீறி தம்மின தீவிர சமூக பிடிப்புள்ள தொண்டர் களோடும், ஆங்கிலேயே ஆட்சியாளர்கள் உதவியுடன் சுவாமி அவர்கள் ஆரியர் களையும், சாதி இந்துக்களையும் வென்று, நந்தன் பெயரிலேயே நந்தன் குல வாரிசுகளுக்கும் (ஆண் பெண்

குழந்தைகளுக்கும்), திராவிட இன குழந்தைகளுக்கும் கல்வி வழங்கி வந்தார்.

நந்தனார் ஆண்கள் பெண்கள் பள்ளி மற்றும் விடுதிகளில் இலவச உறைவிடம், உணவு போன்ற சலுகைகளையும் வழங்கினார். இப் பணியானது, தலைவர் காமராஜரின் கல்விப் பணிக்கும், மதிய உணவுத்திட்டத்திற்கும் *(1955)* முன்னோடிப் பணியாகவும், அயோத்தி தாசப் பண்டிதருக்குப் பின்பும் தொடரப்பட்ட மிகப்பெரிய கல்விப் பணியாகவும் அமைந்தது.

நந்தனார் கல்விக்கழக நிறுவனர் சுவாமி சகஜாநந்தாவின் கல்விச் சேவைகள்

- ஓமக்குளம் நந்தனார் மடம் தொடங்குதல், *(1910)*
- நந்தனார் சபை மூலம் தொடக்கப்பள்ளி தொடக்க விழா, *(1916 மே, 20)* 7 கிளைகள்: பின்னத்தூர், ராதாவிளாகம், கிள்ளை தக்கியால், மடுவாங்கரை, மகத்துவாழ்க்கை, கொடிப்பள்ளம், பண்ணப்பட்டு)
- நந்தனார் கல்விக் கழகம் அமைத்தல், *(1916 ஜூலை, 7)*
- நந்தனார் பாடசாலை முறையாக திறப்பு, *(1917, மே)*
- நந்தனார் தொடக்கப்பள்ளி கட்டக கால்கோள் விழா,*(1918 மார்ச், 3)*
- நந்தனார் பெண்கள் தொடக்கப்பள்ளி, *1920)*
- ஓமக்குளம் நந்தனார் மடத்தில் மாணவர் (கிரே) விடுதி, *(1926)*
- நந்தனார் நடுநிலைப்பள்ளி (சீர்காழி, சாலையில்),*1927)*
- நந்தனார் ஆதரவற்ற கைம்பெண் விதவை (அனாதை இல்லம்) சீர்காழி சாலையில், *(1931)*

- ஓமக்குளம் நந்தனார் மடத்தில் பெண்கள் (மாயர்) விடுதி, (1931)
- நந்தனார் துவக்கப்பள்ளி (முத்துகாமாட்சியம்மன் தோட்டம்), 1935)
- நந்தனார் கல்வி நிறுவனங்களின் வெள்ளி விழா, (1935, மே)
- சற்குரு பள்ளி பண்ணப்பட்டு, மாவட்ட கழக விடுதி மற்றும் திருநாளைப்போவார் தொடக்கப்பள்ளி, விடுதி கள்ளிக்காடு புவனகிரி தத்தெடுத்தல், (1939)
- பிரிட்டிஷ் அரசிடம் நந்தனார் கல்விக்கழகம் ஒப்படைப்பு, (1939)
- அரசு நந்தனார் உயர்நிலைப்பள்ளி (6 முதல் 11 வகுப்பு வரை), (1947)
- அரசு நந்தனார் பெண்கள் நடுநிலைப்பள்ளி , (1951)
- அரசு நந்தனார் பெண்கள் உயர்நிலைப்பள்ளி, (9 ஆம் வகுப்பு வரை), (1952)
- அரசு நந்தனார் பெண்கள் (10 ஆம் வகுப்பு ஐந்தாம் படிவம்), (1953)
- அரசு நந்தனார் பெண்கள் (11 ஆம் வகுப்பு ஆறாம் படிவம்), (1954)
- அரசு நந்தனார் ஆண்கள் மற்றும் பெண்கள் விடுதி மாண்புமிகு தமிழக முதல்வர் கு. காமராஜர் அடிக்கல் நாட்டு விழா, (2371959) திறப்பு விழா, 1961 செப்டம்பர் 16).
- அரசு நந்தனார் கல்விக் கழகத்தின் பொன்விழா, (1969 மார்ச், 29)
- அரசு நந்தனார் ஆண்கள் மற்றும் பெண்கள் மேல்நிலைப்பள்ளி, (1978 ஜுன்)
- சிதம்பரத்தில் சுவாமி சகஜாநந்தா பெயரில் அரசு பெண்கள் கலை அறிவியல் கல்லூரி தொடங்கிட மாண்புமிகு தமிழக முதல்வர் அவர்களின் உறுதி மொழி, (242013 தினமணி).

- சிதம்பரத்தில் அரசு நந்தனார் ஆண்கள் மேல்நிலைப் பள்ளி வளாகத்தில் ஆதி திராவிட நலத்துறையின் கீழ் அரசு பாலிடெக்னிக் கல்லூரி தொடங்கிட மாண்புமிகு தமிழக முதல்வர் அவர்களின் உறுதிமொழி, *(31.7.2014 தினத்தந்தி).*

சுவாமி சகஜாநந்தாவின் கல்விச்சேவைகளை நேரில் கண்டு தமது வாழ்த்துக்களை பதிவு செய்த பெருமக்கள்

- திருமிகு. இராமநாதபுரம் அரசர் *(4.4.1927)*
- திருமிகு. சி.இராஜாஜி *(26.1.1927), (26.1.1929)*
- திருமிகு. வி.ஐ.முனிசாமிப்பிள்ளை*(30.4.1928)*
- திருமிகு. ஜார்ஜ் ஸ்டான்லி, *(24.3.1930)*
- திருமிகு. பி.எஸ். குமாரசுவாமி *(30.1.1933), (27.12.1949)*
- திருமிகு.எம்.ஏ. முத்தையாச்செட்டியார் *(11.3.1933)*
- திருமிகு. சுவாமி விபுலாநந்தர் *(12.7.1933)*
- திருமிகு. காந்தியடிகள் *(16.2.1934)*
- திருமிகு. ஏ.டி. பன்னீர்செல்வம் *(27.10.1935)*
- திருமிகு. பாபு இராஜேந்திரபிரசாத் *(9.11.1935)*
- திருமிகு ஏ.வி. தக்கர் பாபா *(8.4.1935), (9.9.1941)*
- திருமிகு. டி.எஸ். சீனிவாசசாஸ்திரி *(11.3.1936)*
- திருமிகு. ஜவகர்லால் நேரு *(17.10.1936)*
- திருமிகு. பி. கோபால் ரெட்டி *(14.12.1937)*
- திருமிகு. எம்.சி. இராஜா *(11.12.1942)*
- திருமிகு. கி.ஆ.பெ. விஸ்வநாதன் *(10.11.1943)*
- திருமிகு. சண்முகம் செட்டியார் *(30.11.1943)*

- திருமிகு. திரு.வி.க. *(21.1.1944)*
- திருமிகு. என். சஞ்சீவி ரெட்டி *(14.9.1950)*
- திருமிகு. எம். பக்தவச்சலம் *(14.12.1951)*
- திருமிகு. ஸ்ரீ. பிரகாசம் *(17.4.1954)*
- திருமிகு. கு. காமராஜர் *(20.3.1955)*, *(1961)*
- திருமிகு. ஜீ.டி. நாயுடு *(14.2.1956)*
- திருமிகு. தியாகி. பி. கக்கன் *(22.5.1957)*, *(18.3.1969)*
- திருமிகு. குன்றக்குடி அடிகளார் *(2.3.1966)*
- திருமிகு. இரா. நெடுஞ்செழியன் *(10.11.1967)*
- திருமிகு. வி.வி.கிரி *(27.2.1968)*
- திருமிகு. சத்தியவாணி முத்து *(26.2.1968)*
- திருமிகு. பாபு ஜெகஜீவன்ராம்ன் *(1969)*
- திருமிகு. கிருபானந்த வாரியார் *(14.8.1972)*
- திருமிகு. காஞ்சி சங்கராச்சாரியார் *(30.11.1976)*
- திருமிகு. பிரபுதாஸ் பட்வாரி *(1.2.1978)*.

இலக்கியப்பணி

சுவாமி சகஜாநந்தா அவர்கள் ஆரிய பார்ப்பன இந்து மதத்தின் கருத்துக்களை மதியாமல் மீறி, தம்பள்ளியில் பயிலும் அனைத்து மாணவ, மாணவிகளுக்கும் தமிழ், திருக்குறள், ஆத்திச்சூடி, தேவாரம், திருவாசகம், வேதம், இசை போன்றவைகளை வழங்கி ஆரியத்தினை அடக்கி, திணறடிக்கச்செய்த வீரத் துறவியாவார் .

இதனால்,சிதம்பரம் தீட்ஷிதர்கள் பலமுறை இவருக்கு பல தொல்லைகள் கொடுத்து வந்தனர். இருப்பினும், சுவாமி அவர்கள் சமயப்பணிகளிலேயே மிகத் தீவிரமாக பணியாற்றி பல ஆச்சாரிகளைப்பார்த்தும், பல வித்வான்கள் ஆகியோர் களிடம் பழகியும், இவர்களிடம் உள்ள நீசச்செயலான சாதி ஏற்றத்தாழ்வுகளைக் கண்டு பேதங்கள் மறையா வேஷப் பிராமணர்கள் நீங்கள் என்றார் .

மேலும், உங்கள் வேதப்புராண, இதிகாசங்களும் எழுதி யுள்ளவற்றில் பறையன் என்போர்கள் உண்டு என்கிறீர்கள்! அதே வேதம், இதிகாசம், புராணங்கள், ஸ்மிருதி, வைத்தியம், ஜோதிடம், தியானங்கள், போன்றவைகள் இப்பறையர்கள் என்பவர்களே எழுதியுள்ளார்கள் என்று கூறுவதற்கு நீங்கள் கூறும் புராணங்களே போதிய சாட்சியாக உள்ளது என்று, தம் இலக்கியப்புலமை மூலம் எடுத்துரைத்து வேஷப்பிரா மணத்தை அம்பலப்படுத்தி அலறவைத்தார்.

மேலும், சுவாமி அவர்கள் சமயவாதம் புரிவதில் வல்ல வராக இருந்தார்.அன்று சிதம்பரத்தில் ஆறுமுகநாவலர் பள்ளி யில் நடைபெற்ற உலக சைவசமய மகாநாட்டிற்கு சுவாமி அவர்களை விவாதத்திலும், பார்வையாளராகக்கூட கலந்து கொள்ளவிடவில்லை.

இதற்கெல்லாம் காரணம் சாதிவெறி உணர்வு இவர்களிடம் இருப்பதை உணர்ந்து சுவாமி சகஜாநந்தா அவர்கள் சைவ மதத்தில் இருந்து அன்றே வெளியேறி, பின்பு முறையாக வைணவம் பயின்று, அவற்றில் இணைந்து உலகம் முழுமையும் பயணம் செய்து வைணவத்திலும் புலமை அடைந்தார். மேலும், இவர் பல ஆச்சாரிகளிடம் வெகுமதிபெற்று, வேஷப் பிராமணர்களுக்கு இவர் அன்று வள்ளுவர் கூறும் யதார்த்த தமிழ் அந்தணராக வாழ்ந்து வந்தார்.

சுவாமி சகஜாநந்தாவின் இலக்கிய ஆற்றல்கள்

பண்டிதர் க. அயோத்திதாசர் அவர்கள் தமிழ்மொழிக்கும், இலக்கியத்திற்கும் அளப்பறியாப் பங்களிப்புச் செய்துள்ளார். குறிப்பாக, திருக்குறள், திருவாசகம், எழுத்துச் சீர்திருத்தம் போன்ற பணிகளில் முன்னோடியாக இருந்துவந்தவராவார்.

இவரைப் போன்றே அ.சிவ.சுவாமி சகஜாநந்தாவும் திருக்குறள், வேதம்,புராணம், யோகம், இசை போன்றவற்றில் சிறந்து விளங்கியது மட்டுமின்றி, தமிழுக்கும் இவர் சிறப்பான பங்களிப்பு ஆற்றியுள்ளதை நாம் பின்வருமாறு காணலாம்.

அ.சிவ.சுவாமி சகஜாநந்தா அவர்கள் பெரும் புலவர்களான வ.உ.சி., திரு.வி.க., கரபத்திரசுவாமிகள், சிவப்பிரகாச சுவாமிகள் ஆகியோரின் மாணவராவார்.இவர் தம் இலக்கண, இலக்கிய அறிவை மேலும் வளப்படுத்திக்கொள்ளும் வகையில் வீரத்துறவி சகஜாநந்தர் அவர்கள் தூத்துக்குடிக்குச் சென்று வ.உ.சிதம்பரம் பிள்ளை அவர்களிடம் திருக்குறளையும், திரு.வி.கல்யாணசுந்தரம் அவர்களிடம் தமிழ்மொழி இலக்கணங்களையும், திருவரங்கத்திற்குச் சென்று பிரதிவாதி பயங்கரம் சீனிவாசாச்சாரி அவர்களிடம் வடமொழியான சமஸ்கிருதத்தையும் கற்றுத்தேர்ந்தார்.

திருக்குறளைப் பழுதரகற்ற நேரத்திலேயே, விசாரசாகரம், மெய்கண்டசாஸ்திரம், அதிஇரகசியம், அண்டபிரபந்தம், திருவருட்பா, கைவல்யநவநீதம் மற்றும் கம்பராமாயணம் ஆகிய நூல்களையும் கசடறக்கற்றவராவார்.வடமொழி இலக்கியத்

தில் ஞானவாசிட்டம், வேதாந்த சிகாமணி, பகவத்கீதை வால்மீகி இராமாயணம் மற்றும் வேத இலக்கியங்கள், யோகாசனம், சங்கீதம் பலவற்றிலும் முழுத்தேர்ச்சி அடைந்தார்.

செக்கிழுத்தச் செம்மல் வ.உ.சிதம்பரம் பிள்ளை அவர்களிடமே மாணவராக இருந்தார் வ.உ.சி. எழுதிய நூல்களான அகமே புறம், மெய் அறம் ஆகியவற்றுக்கு சுவாமி சகஜானந்தா அவர்கள் சிறப்புப்பாயிரம் எழுதியுள்ளது பெரும் பாராட்டுக்குரியதாகும்.

இவருடைய புலமையைக்கண்டு உ.வே.சாமிநாத ஐயர், சோமசுந்தர பாரதியார்,கதிரேசன் செட்டியார், ந.மு.வேங்கடசாமி நாட்டார், கா.சுப்பிரமணிய பிள்ளை, திரு.வி.க. வி.எஸ். சீனிவாச சாஸ்திரி ஆகியோர் பெரிதும் வியந்துள்ளனர்.

புலமையிற் சிறந்த சுவாமி சகஜாந்தர்

சுவாமி சகஜானந்தா தம் நாவன்மையில் கேட்பாரைப் பிணைக்கும் பேற்றினைப்பெற்றது, மிகவும் மெருகூட்டியது எனலாம். பன்மொழிப் புலவர்களும், பல்பொருள் பாண்டியத்துவம் பெற்றவர்களும், வேத விற்பன்னர்களும், பண்டித சிரோன் மணிகளும், ஆச்சார்ய பெரியார்களும், மடாதிபதிகளும், அறிவார்ந்த பெரியோர்களும் இவருடைய சொற்பொழிவை மிகவும் விரும்பிக் கவனமாகக் கேட்டுப் பயனடைவர்.

ஓர் அரசரைப் பார்த்தவுடன் பரிசில் பெறுவதற்காகப் ஒருவன் பாராட்டுப்பாடல் பாடுவதாக சங்ககால புலவன் ஒருவன் இலக்கியங்களிலே ஏராளமான செய்திகள் கிடைக்கின்றன. ஆனால், எடுத்த எடுப்பிலேயே அவ்வாறு பாடல் பாடுவதற்கு இயலுமா என்று அக்கூற்றை நம்புவதற்கு நாம் தயங்குகிறோம்.

ஆனால், நம்முடைய காலத்திலே தவத்திரு சுவாமி சகஜானந்தர் அவ்வாறே சீர்குலையாமல், யாப்புடன் பாப்பு

னைய வல்லவராகத் திகழ்ந்தார் என்பதை நம்பித்தான் ஆகவேண்டும். சிதம்பரம் ஓமக்குளம் கரையிலே, 63 நாயன் மார்களில் ஒருவரான நந்தனார் பெயரில் ஒரு மடத்தை நிர்மாணிக்க எண்ணி சுவாமி சகஜானந்தர், அம்மடத்தை அரசுக்குச் சொந்தமான புறம்போக்கு நிலத்தில் கட்டுவதற் கான முயற்சிகளை மேற்கெண்டார்.

சிதம்பரம் வட்டாட்சியரை அணுகினார். வட்டாட்சியரோ கவனித்தாரில்லை. எனவே, சுவாமிகள் சென்னை சென்று தக்கார் ஒருவரிடமிருந்து தென்னார்க்காடு ஆட்சியாளருக்கு ஒரு பரிந்துரைக் கடிதம் வாங்கிவந்தார். தக்கார் கடிதத்தைப்பெற்ற மாவட்ட ஆட்சியர், உடனே வட்டாட்சியராக இருந்த திரு.இராமசாமிக்குத் தகவல் அனுப்பி சுவாமிகளின் விருப்பத்தை நிறைவேற்றக்கூறினார்.

ஆனால், வட்டாட்சியர் உடனடியாகக் காரியத்தை முடிக்காமல், காலந் தாழ்த்தினார். சுவாமி சகஜானந்தர் தம் முயற்சியிலே குறையவில்லை. வட்டாட்சியருக்கு மிக நெருங்கிய நண்பர் ஒருவரின் உதவியை நாடினார். அவருடைய பெயரும் திரு.இராமசாமிதான், திரு.இராமசாமி அவர், சிதம்பரத்தில் திரு.இராமசாமி. புகழ்மிகு வழக்கறிஞராக பணியாற்றிவந்தார். அவர் ஓர் அந்தணர், இருப்பினும் வழக்கறிஞர் திரு.இராமசாமி,சுவாமிகளின் வேண்டுதலில் நியாயம் இருப்பதை உணர்ந்து, இவருக்கு உதவிபுரிய முன் வந்தார்.

வழக்கறிஞர் திரு.இராமசாமியும், சுவாமி சகஜானந்தரும் ஒரு நாள் வட்டாட்சியர் அலுவலகம் சென்றார்கள். அப் பொழுது வழக்கறிஞர், சுவாமி களைப்பார்த்து, நாம் இருவரும் வட்டாட்சியர் திரு.இராமசாமி அவர்களுடைய அலுவலக அறைக்குள் நுழைவோம். உள்ளே சென்றதும், அவர் மீது ஒரு செய்யுள் பாடுங்கள்.

நான் காரியத்தைக் கச்சிதமாய் முடித்துத் தருகிறேன் என்று கேட்டுக்கொண்டார். புலமையிற்சிறந்த சுவாமி சகஜானந்தர், வழக்கறிஞரின் வேண்டுகோளுக்கு ஒப்புக்கொண்டு, வட்டாட் சியரின் அலுவலக அறையில் நுழைந்தவுடன்,

சீர்பூத்த தில்லைச் சிதம்பரத்துத் தாசிலெனும்
பேர்பூர்த காமன் பெந்தகையே – பார்பூத்த
சீதை கொழுநன் சிறப்புப் பெயருடையோய்
ஆதரவின் என்கட் கருள்.

என்றொரு வெண்பாப் பாடினார்.

இதனைக்கேட்ட வட்டாட்சியரும் தமிழ்ப்பற்று மிக்கவர், ஒரு வெண்பா விரும்பி, எனவே சுவாமிகள் திடீரெனப் பாடிய வெண்பாவின் கருத்துக்களை வெகு எளிதில் புரிந்து, மகிழ்ந்து இன்னுமொரு செய்யுள் பாடுங்கள் கேட்போம் என வேண்டினார். உடனே சுவாமி சகஜானந்தர்,

துன்பச்சா திக்குநல் தோணியாய் நின்றரும்
இன்பப் பெயருடைய எந்தையே நின்பக்கம்
சேர்ந்தவர்க்கு நல்குரவு சேருமோ கற்பகத்தைச்
சேர்ந்தவர்க்கு என்னகுறை செப்பு.

என்று பாடினார்.

இப்பாடலைக் கேட்ட வழக்கறிஞர், வட்டாட்சியரும் மிக மகிழ்ந்தனர். வட்டாட்சியர் மீண்டும் சுவாமிகளைப் பார்த்து எமைக்காப்ப தழகு இறுதியில் வருமாறு மற்றொரு வெண்பாப்பாடுக. என ஆவலுடன் கேட்டார். சுவாமி சகஜானந்தரும் சற்றேனும் சளைக்காதவராக.

வீரர்க் கழகுதரும் காயம் மெலிந்திடுதல்
மாதர்க் கழகுதரும் மாநோன்பால் – ஈவோர்
கொடுத்ததனால் நல்குரவைக் கொண்டால்.அழகே
அடுத்ததெமைக் காப்ப தழகு

என்னும் ஒரு நேரிசை வெண்பாவைப் பாடினார்.

வட்டாட்சியர் திரு. இராமசாமி இவரைப்பார்த்து நீங்கள் ஓர் அறிஞர். நான் உங்களுடைய புலமைத்திறத்தை நன்கு உணர்ந்துகொள்ளாதபடியால், மிகச்சாதாரண மனிதராக உங்களை நினைத்து உங்கள் காரியத்தில் கருத்தைச் செலுத்தவில்லை என வருத்தம் தெரிவித்தார்.

மேலும், சுவாமிகள் கேட்ட இடத்தை உடனே கொடுப்

பதற்கு வேண்டிய ஏற்பாடுகளைச் செய்தார். பின்னர் மிகக் குறுகிய காலத்தில் சுவாமிகளுக்குப் பட்டா கிடைத்தது. அந்த இடத்திலேதான், நந்தனார் பெயரால் ஒரு மடமும் கட்டப்பட்டது.

வ.உ.சி.யுடன் சுவாமி சகஜாநந்தாவின் தமிழ் இலக்கியப்பணி

கப்பலோட்டிய தமிழன் வ.உ.சிதம்பரம்பிள்ளை அவர்கள் சென்னையில் வாழ்ந்தபோது, சுவாமி சகஜானந்தருக்கு அவருடைய நட்பு கிடைத்தது. சிதம்பரம் பிள்ளையிடம் பத்தாண்டுகளுக்கு மேல் அவருடைய இல்லத்திலேயே தொடர்புகொண்டு திருக்குறள் கற்றதனால், மிக நெருங்கிப் பழகும் வாய்ப்பும் கிடைத்தது.

இந்தநிலையிலே சிதம்பரம்பிள்ளை அவர்கள் இவ்வுலக வாழ்க்கை யினின்று நீக்கம் பெற்றார் எனக்கேள்விப்பட்டதும். சுவாமி சகஜானந்தர் மெய்யுருகினார். கண்ணீர் சிந்தினார். திசைத்தடுமாறி நின்றார், அந்த வேளையிலும் சிதம்பரம் என சற்குருவே என்று தலைப்பிட்டு,

தான் இன்புறுவது உலகுஇன் புறக்கண்டு
காமுறுவர் கற்றார் எனக் கழறும் மாமறைக்குச்
சான்றாச் சிதம்பரம் என்தந்தை நினைக்கண்டேன்
நான்மாறுஎன் செய்வே? நவில்,
சாவா மருந்தெனவே தற்பரனார் வள்ளுவர் செய
பாவா லறிவெனக்குப் பாவித்த – தேவா
சிதம்பரமென் சற்குருவே, சிந்தையினில் நின்னின்
பதம்பெற்றேன் என்றும் பணிந்து!
கைம்மாறு வேண்டாக் கடப்பாட்டில் என்றனக்கு
மெய்ம்மாட்டி நின்றருளும் வித்தகனேசெம்மறையின்
பாவனைத்தும் சிந்தை பதிவித்தேன், சிதம்பரமென்
தேவநின தின்னருளால் தேர்ந்து.

வ.உ.சிதம்பரனார் அவர்கள் சிலகாலம் சென்னையில்

வாழ்ந்தபோது, சென்னையிலுள்ள ரிப்பன் அச்சுக்கூடத்தில் சுவாமி சகஜாநந்தரைச் சந்தித்தார். அப்போது, சகஜாநந்தர் தாம் தீண்டத் தகாதவர் என்று அறிமுகம் செய்துக்கொண்டார். வ.உ.சி. அவர்கள் சென்னையிலுள்ள தம் வீட்டிற்குக் கூட்டிச் சென்று உணவுகொடுத்து உபசரித்தும், தம்முடன் இருக்கச் செய்தும், சுவாமி அவர்களுக்கு தொல்காப்பியம், திருக்குறள் போன்ற நூற்களைக் கற்பித்தார்.

இவர் சென்னையை விட்டு ஒட்டப்பிடாரத்துக்குச் சென்ற போதும், சுவாமி சகஜாநந்தரை உடன் அழைத்துச் சென்றார். வ.உ.சிதம்பரனார் அவர்கள் தாம் கலந்துகொண்ட அனைத்து நிகழ்ச்சிகளுக்கும் சுவாமி சகஜாநந்தரை அழைத் துச்சென்று வந்தார். ஒரு தந்தை தன் மகனிடம் காட்டும் பாசத்துக்கும் மேலாக இவர் மீது வ.உ.சி. அவர்கள் அன்பு செலுத்திவந்தார். (முனைவர்.எஸ்.கண்ணன் வ.உ.சி. ஒரு பன்முகப்பார்வை, உலகத்தமிழாராய்ச்சி நிறுவனம் 2005, பக்.35).

மேலும், வ.உ.சி. அவர்கள் குறிப்பிடுகையில், தற்காலம் தமிழ்நாட்டில் பயின்று வழங்குவது பரிமேலழகருரை திருக் குறள் ஒன்றே. அவ்வுரையைச் சில வருடங்களுக்கு முன்னர் யான் படிக்கத் தொடங்கினேன். அப்பொழுது, மற்றைய ஒன்பதின்மர் உரைகளையும் பார்க்க வேண்டு மென்னும் அவா எனக்கு உண்டாயிற்று. அது முதல் தமிழ் நூல்கள் இருக்கும் இடங்களில் அவற்றைத் தேடவும், தேடுவிக்கவும் முயன்றேன்.

அம்முயற்சியின் பயனாக எனக்குக் கிடைத்தவற்றில், மணக்குடவருரைப்பிரதி ஒன்று. இது வள்ளுவர் கருத்து களைத், தெள்ளென விளக்குவதாகவும், இனிய செந்தமிழ் நடையில் எழுதப்பெற்றதாகவும் தோன்றிற்று.

அதுபற்றி யான் அச்சிட்டு வெளிப்படுத்தக்கருதி, சகஜா நந்தா சுவாமிகளைத் துணையாகக்கொண்டு அச்சிடப்பெற்ற இந்நூலை, சென்னைப் பச்சையப்பன் கல்லூரிப் பேராசிரியர் திருமணம் செல்வகேசவராய முதலியாரவர்களும், சென்னை கிறிஸ்துவக் கல்லூரிப்பேராசிரியர் த.கனகசுந்தரம் பிள்ளை யவர்களும் பல முறைபார்த்துச் சீர்படுத்தித்தந்தார்கள்.

இவர்களது இவ்வுதவி யாலும், தென்னாப்பிரிக்காவிலுள்ள இந்தியச் சகோதரர்களது பொருளுதவியாலும் அறத்துப்பால் அச்சாகிமுடிந்து, இது புத்தக மாக வெளிவருகின்றது என்று வ.உ.சி அவர்கள் தாம் எழுதிய நூலான, திருக்குறள் மணக் குடவருரை அறத்துப்பால், பதிப்புரையில் இவ்வாறாகக் குறிப்பிட்டுள்ளார். ஆதாரம் (மா.ரா.அரசு, வ.உ.சி. சிதம் பரனார், சாகித்ய அகாதெமி, *2008*, பக்கம், *84*),

வ.உ.சி.யின் மெய்யறம் நூலுக்கு சுவாமி சகஜாநந்தா எழுதிய சிறப்புப்பாயிரம்

மெய்யற மியற்றினோன் வையமோர் சிதம்பரம்
வள்ளுவ ரெல்லையிம் மறைக்கு மெல்லையாம்
மடியருங் கேட்கவோ ரடியால் யாத்தனன்
நுதலிய தறவழி முதனிலை யடைதல்
விரோதி கிருதுவில் விளம்பப் பெற்றது
கண்ணனூ ரரண்மனை யெண்ணியாத் திருக்களம்
ஆன்றமா தேவனுக மரங்தேற்றிடம்
ஏழையுங் கற்குமாறியற்றப்பட்டது
மெய்யுற மென்றும் வையகத் துலாவுக.

(சகஜாநந்தம் சுவாமி சகஜாநந்தா, எழுத்தும் பேச்சும் பக்க.*87*). என்று பாடிய கையறு நிலையிலும் சுவாமி சகஜானந்தரின் புலமை விளங்குகிறது. கருத்தாழம் தெரிகிறது. இதோடு நில்லாமல், வ.உ.சியைப்பற்றிக் கட்டளைக் கவித் துறை நூறு பாடல்கள் பாடி, தம்முடைய நன்றியறிதலைக் காட்டியுள்ளார்.

திருக்குறளுக்குச் சீரிய முறையில் விளக்கம் தந்து தீந்தமி ழையும் அறத்தே கலந்து பரப்பியதால் தமிழ்நாட்டுப் புலவர் பெருமக்கள் இவரைப் போற்றிப் புகழ்ந்தனர். சுவாமிகளின் வடமொழி, தென் மொழிப் புலமையைக்கண்டு வியந்த டாக்டர். இராசமாணிக்கனார், பெரிதும் பாராட்டியதோடு நில்லாமல் சுவாமிகளைப் பற்றிக் கட்டுரை ஒன்றும் எழுதி வெளியிட்டுள்ளார்கள்.

ஸ்ரீலஸ்ரீ சுவாமி ஏ.எஸ்.சகஜாநந்தம்,M.L.C. அவர்கள் கூறிய வெண்பா

மகாஞான பானுவென மன்னியபூஞ் சோலை
மகாமுத்து வீரனெனு மன்னன் – குகாவென்று
நூறவதா னஞ்செய்தோன் நோன்கழல்கள் போற்றிமல
நூறவரு மெல்லப்ப னோற்று.

எல்லப்ப தாஸர்பா லேற்ற கலைபயின்று
எல்லப்ப னென்ன விருந்தாளே – நல்லப்பண்
பாடும் முருகேஸ பாகவத னற்றமிழில்
தேடுஞ்சீர் தேர்ந்தான் தெளி.

பழந்தமிழர் சீர்திருத்தம் பற்றுநெறி போற்றி
பழந்தமிழில் கீதங்கள் பாடி – வழங்கினான்
நண்பன் முருகேச நாவலற்கு நந்தமிழர்
பண்பினலங் காட்டல் பயன்.

(சுவாமி சகஜாநந்தா, எழுத்தும் பேச்சும் பக்க.87)

சுவாமி சகஜாநந்தாவின் சொற்பொழிவுப் பணிகள்

தில்லையிலிருந்து (சிதம்பரத்திலிருந்து) தமிழ்நாட்டின் பல் வேறு சங்கங்களிலிருந்தும் சொற்பொழிவு ஆற்றுவதற்கு சுவாமி சகஜாநந்தாவிற்கு அழைப்புகள் வரத்தொடங்கின. கல்விமான்கள் நிரம்பிவழிந்த தஞ்சை கரந்தைத் தமிழ்ச்சங்கம் நடத்திய ஆண்டு விழாவில் கல்வியும் அதன் பயனும் என்னும் பொருள் பற்றி,கேட்டவர் வியக்கும் வண்ணம் ஒன்றரை மணிநேரம் அரிய சொற் பெருக்காற்றினார்.

பின்னர், சென்னை ஆனந்த ஆசிரமம், சாது மகாசங்கம் போன்ற இடங்களிலும் அடிக்கடி தோன்றி சமயச் சார்பு சொற்பொழிவுகள் பல நிகழ்த்திவந்தார். சுவாமி சகஜாநந்

தாவிற்குத் தில்லையில் உதவிகள் பலசெய்து பெருந்துணை யாக நின்றவர் பரஞ்ஜோதி அடிகள் ஆவார். இவருடைய நினைவுக்கு அடையாளமாக பரஞ்ஜோதி என்னும் இதழைச் சிலகாலம் நடத்தி வந்தார். சுவாமி அவர்கள் நூல்கள் பல எழுதும் திருத்தொண்டிலும் ஈடுபட்டு பல அரிய நூல்களையும், ஆராய்ச்சிக் கட்டுரைகளையும் வெளியிட்டுள்ளார்.

குறிப்பாக: 1. ஆலயம் என்பது அரிஜனங்களுக்கே. 2. தீண் டாமை ஒழிப்பு 3.வச்சிர சூசிகை, உபநிடதம், 4.சிதம்பரம் இரகசியமும் நடராஜர் தாண்டவமும், 5. தீண்டாமை சாஸ் திரீய மன்று, 6. தாழ்த்தப்பட்டோர். 7. அரிஜனங்கள் தோற்றம். 8. தீண்டாமை, 9. நமது தொன்மை. 10. பண்ணையாள் பாது காப்புச் சட்டமும் சர்க்காரின் கடமையும் போன்ற பல ஆராய்ச்சிக் கட்டுரைகளையும் இவர் வெளியிட்டுள்ளார். (ஆதாரம், சுவாமி சகஜாநந்தாவின், பொன்விழா மலர் 1969).

சுவாமி சகஜாநந்தா அவர்களின் காலத்தில் வாழ்ந்த, புகழ்பெற்ற பெரும் தமிழ்ப்புலவர்களில் இவரும் ஒருவராகத் திகழ்ந்தார். (காண்க).சகஜானந்தா சுவாமிகளின் இலக்கிய அறிவியல், குறிப்பாகத் தமிழ்மொழியின் மீதிருந்த தனியாத ஆர்வத்தில் கட்டுண்ட நாட்டுக்கோட்டை நகர்வாழ் வைசியப் பெருமக்கள் தமிழ் மொழியின் தனிப்பெரும் பெருமையை உலகெங்கும் பரவச்செய்ய வேண்டும் என்று திட்டம் தீட்டினர்.

அத்தகையப் பொறுப்பினை ஏற்றுச் செயல்படக்கூடிய ஒரு அறிஞரைத் தேடினர். முடிவில் சுவாமி சகஜானந்தரே மிகப்பொருத்தமானவர் என முடிவுகண்டனர். அவர்கள் தீட்டிய திட்டத்திற்குச் சுவாமிகளும் இசைவு தந்தார். எனவே, அத்திட்டத்தின்படி 1914ஆம் ஆண்டு முதல் 1928 ஆம் ஆண்டு வரை இலங்கை, இரங்கூன், பர்மா, மலாயா மற்றும் சிங்கப்பூர் முதலிய இடங்களுக்குச் சென்றுவந்தார். அங்கெல்லாம் சுவாமிகள் தமிழ்மொழிச் சிறப்பையும், சமய நெறிகளையும் பரப்பி, வணிகப்பெருமக்களிடையே ஒரு விழிப்பை உண்டாக் கினார். இவருடைய அயல்நாட்டுப்பணிகளில் இவருக்கு ஆதரவாய் நின்றவர்களில் இரங்கூன்வாசி அண்ணாமலைச் செட்டியாரும் குறிப்பிடத் தக்கவர் ஆவார்.

சிதம்பரம், சென்னை, பழநி இந்த இடங்களில் சைவ சித்தாந்த வகுப்புகள் நடக்கும். இந்த இடங்களுக்கு சைவ

சமய வகுப்புக்கு மாணவர்களையும் அழைத்துச் செல்வார்கள். ஒரு சமயம் சிதம்பரத்தில் இராமசுவாமி செட்டியார் உஸ்ரதரப் பாடசாலையில் மெய்கண்ட சாஸ்திரம் திருநெல்வேலி ஈஸ் வரமூர்த்தி பிள்ளையவர்களால் நடைபெற்றது. அதுசமயம் இடையே, பாடத்தின் ஆசிரியரான மூர்த்தி அவர்கள் ஓர் வினா விடுத்தார்கள்.

அவ்வகுப்பில் அரசியல் உத்தியோகத்தர், மாவட்ட நிதிபதி உட்பட பாடம் கேட்டனர். தில்லை மூவாயிர தீட்ஷீதர்களில் சிலரும் அமர்ந்திருந்தனர். பாட ஆசிரியர் விடுத்த கேள்விக்கு, ஒருவராலும் விடை பகரமுடியாது போயிற்று. உடனே சுவாமிகள் எழுந்து தெள்ளெனப்பதிலும், விரிவுரையும் கூறி விட்டார்கள்.

அங்குள்ள பெரியோர் யாவரும் சுவாமிஜியை ஆலிங்கனம் செய்து ஆனந்தக்கண்ணீர் வடித்தனர். இதனாலே, சுவாமிகளின் நினைவும், சொல்லும், செயலும் அங்கே பதிந்து கிடந்தது என்பதுதெளிவாயிற்று. (ஆதாரம், சுவாமி சகஜானந்தா, சாந்தா பதிப்பகம், பதிப்பகச்செம்மல் அமரர். க.கணபதி, மே 2000, பக். 2936).

வரிசை எண்	தமிழ்ப்புலவர்கள் வரிசை
1	மு. சிவப்பிரகாசம் பிள்ளை
2	சின்னசாமிப்பிள்ளை
3	மா.வடிவேலுப்பிள்ளை
4	நா.இராகப்பிள்ளை
5	வை.நா. குமாரசுவாமி
6	இரா.ஞானதேசிகம் பிள்ளை
7	வை. கந்தசாமிப்பிள்ளை
8	சுவாமி சகஜாநந்தர்
9	விபுலானந்தா அடிகள்
10	சிவ. முருகோ செட்டியார்

11	அ.து.சரவண முதலியார்
12	வை. சதாசிவப்பண்டாரத்தார்
13	அ. சக்கரவர்த்தி நாயனார்
14	எச்.டி. பாப்லி
15	மு. இராகவ ஐயங்கார்
16	வா. முருகப்பச் செட்டியார்
17	வாகதேவ முதலியார்
18	நாவலர் சோமசுந்தர பாரதியார்
19	தனபால் பத்மாவதி அம்மையார்
20	வீரபத்திரக் கவிராயர்

ஆதாரம் (தமிழ்ப்புலவர் வரிசை, திருநெல்வேலி சைவ சிந்தாந்த நூற்பதிப்புக் கழகம் வெளியீடு. 1960).

எட்டாம் வகுப்பில்கூட, அடிஎடுத்து நுழையாத சுவாமி சகஜாநந்தா அவர்கள் கல்வி, கேள்விகளில் சிறந்து இலக்கிய, இலக்கண அறிவியல் முதிர்ச்சிப்பெற்று, தமிழ்நாட்டில் 20 பேர் அடங்கிய புலவர் வரிசையிலே எட்டாவது இடத்தைப் பெற்றிருப்பதன்மூலம், பூர்வக்குடிகளின்பெரும்புலவர்களான பண்டிதர் அயோத்திதாசர், கோலார் ஜி.அப்பாதுரையார் இடத்தில் சுவாமி அவர்களும் இடம்பெற்று உள்ளார் என்பது பெருமைக்குரிய தாகும்.

அயோத்திதாசப்பண்டிதர் வழியில் சுவாமி சகஜாநந்தர்

தமிழ்மொழி வளர்ச்சி, தம்மின மக்கள் விடுதலையில் இவ்விருவருமே முன்னோடியாகவே காணப்படுகின்றனர். அயோத்திதாசப் பண்டிதர் அவர்கள் வள்ளுவ நாயனார் இயற்றிய ஞானவெற்றி (என்ற) ஞானவெட்டி நூலில் கீழ்க் கண்டபாடல்களைச்சுட்டிக்காட்டி சேர, சோழ மன்னர்கள்பூர்வ

பௌத்தர்களைச் செத்த மாட்டிறைச்சி உண்ணத்துன்புறுத்தி ஆரியர்களின் கருத்துகளை ஏற்றுக் கொண்டு தண்டனை வழங்கினர் என்று எடுத்துரைத்துள்ளார். (காண்க).

ஞானவெட்டி

மாலப்பறை யென்றே சேரனும் சோழனும்
மாடுகள் செத்ததை வாரறிந்து
ஓலமென்றே அதையும் உண்ணும்படிச் செய்தார்
ஓகோ பாவிகள் உற்பத்தி காண்கிலர்
இராசாங்கம் செய்த நடத்தையின் குறி
வதாகமத்தில் விதித்த வாரல்காண்

என்ற இதே பாடலையும், கருத்தினையும், பின்னர், சுவாமி சகஜாநந்தாவும் சாதி தோற்றம் குறித்து குறிப்பிடுகையில், மேற்கண்ட பாடலை எடுத்துக்காட்டியுள்ளார். இதுவரை வேறு யாரும் மேற்கண்டப் பாடல்களைக் கொண்டு விளக்கியது கிடையாது.

மேலும், அயோத்திதாசப்பண்டிதர் அவர்கள் கூறுகையில் சங்கராச்சாரியார் என்பவர் பறையர்கள் என்போர்களைக் கொண்டு வேதத்தைக் கற்றுக்கொண்டார் என சுதேசிமித்திரன் பத்திரிக்கை குறிப்பிட்டதையும், டைம்ஸ் ஆப் இந்தியா பத்திரிக்கையில் உறுதிசெய்ததையும், சங்கராச்சாரியார் வரலாற்றிலும் தெரிந்து கொள்ளலாம் என்று தமது (தமிழன், 1910) பத்திரிக்கையில் குறிப்பிட்டார்.

இது ஆரியர்களின் பூர்வ விரோதச்செயல் என்றார். அதேபோன்று, மேற்கண்ட வாசகத்தையும் சுவாமி சகஜாநந்தா அவர்களும் இந்துமதத்தில் தற்சமயம் பறையர் என்று வக்ஷங்கப் படுவோர்களிடையே நீங்கள் கூறும் வேதம், புராணம், இதிகாசம், இசை முதலானவைகளையும் 32 அறங்களையும் சங்கராச்சாரி வரலாறுகளிலும் தெரிந்து கொள்ளலாம் என்று சுவாமி சகஜாநந்தா அவர்கள் தமது கட்டுரையில் எடுத்துக்காட்டி குறிப்பிட்டுள்ளார்.

மேலும், அன்று நந்தனார் புராணக்கதைக்கு மாற்றாக பகுத்தறிவு நாடகமாக என்.எஸ்.கிருஷ்ணன் அவர்களால் தயாரிக்கப்பட்ட கிந்தனார் நாடகத்திற்கு இருந்த எதிர்ப்

பினையும், தடைவிதித்ததையும் நீக்கச்செய்து, உண்மைகளை யார் வேண்டுமானாலும் கூறலாம் என்றார்.

அதேபோன்று,வன்னியர் இன குழந்தைகள் தம் பள்ளியில் சேர்ந்து பயிலவும், ஆதிதிராவிடர், வன்னியர் ஒற்றுமையினைக் காத்தும், இம்மண்ணின் மைந்தர்களை ஒற்றுமையாக இவ்வரலாற்றை ஒவ்வொரு சமூகமும் அறியச்செய்வதே நமது முக்கியக் கடமையாகும். (*கோகில.அம்பல.அன்பாநந்தன் 27.1.2004 அன்று சுவாமி சகஜா நந்தாவின் 114– வது பிறந்தநாள் விழா துண்டறிக்கை வெளியீடு; அயோத்திதாசப்பண்டிதர் சுவாமி சகஜாநந்தா ஆய்வு மையம் 2004*).

தமிழர் நலனில் அரசர் அண்ணாமலைச் செட்டியாரும் சுவாமி சகஜானந்தரும்

சிதம்பரத்தில் அண்ணாமலைப் பல்கலைக்கழகம் இல்லையெனில், பல பயல்கள் மாடுமேய்க்கப் போயிருப்பான், பலபேர் தாடியும், மீசையும், குடுமியும் வைச்சிகிட்டு, கொட்டைக் கட்டிக்கிட்டு பரதேசிப்பயலா ஆயிருப்பான் என பெரியார் அவர்கள் குறிப்பிட்டார்.

காரணம், சிதம்பரம் நடராஜர் கோயிலில், தீட்சிதர்களின் ஆதிக்கம் அதிகம் நிறைந்தபகுதியாகும். இவர்கள் ஏழைகளுக்குக் கல்வியைச் சொல்லித்தர முன்வரவில்லை. இக்குறைகளைப் போக்கியதோடு, அழியா கல்விச்செல்வத்தினை ஏழைகள் உயர்கல்வி பெறவும் காரணமாக இருந்தவர் தான், நமது செட்டிநாட்டு அரசர் சர். அண்ணாமலைச் செட்டியார் அவர்கள்.

இவர் காரைக்குடி அருகிலுள்ள கானாடுகாத்தான் என்ற கிராமத்தில் திரு.முத்தையா மீனாட்சி என்ற தம்பதியினருக்கு மகனாக 1881ஆம் ஆண்டு செப்டம்பர் 30ஆம் தேதி வெள்ளிக்கிழமை அன்று பிறந்தார். இவர் தமது தந்தை முத்தையா அவர்களைப் போலவே இவரும் திருவாசகம், திருக்குறள், தேவாரம் போன்றவற்றைக் கற்றுவந்தார்.

இவர் தம் எழுத்தாலும், பேச்சாலும் பிறரையும், கற்றாரையும் கவர்ந்ததற்கு இவரின் நுண்ணறிவே காரணமாக அமைந்தன. அண்ணாமலைச் செட்டியார் அவர்கள் 1895ஆம் ஆண்டு தமது 14ஆம் வயதில் மீனாட்சி அம்மையாரைத் திருமணம் செய்துக் கொண்டார். 1901ஆம் ஆண்டு இவரின் சகஜானந்தா சுவாமிகளின் இலக்கிய அறிவியல், குறிப்பாகத்தமிழ்மொழியின் மீதிருந்த தணியாத ஆர்வத்தில் கட்டுண்ட நாட்டுக்கோட்டை நகர்வாழ் வைசியப் பெருமக்கள் தமிழ் மொழியின் தனிப்பெரும் பெருமையை உலகெங்கும் பரவச்செய்ய வேண்டும் என்று திட்டம் தீட்டினர். அத்தகையப் பொறுப்பினை ஏற்றுச் செயல்படக்கூடிய ஒரு அறிஞரைத் தேடினர். முடிவில் சுவாமி சகஜானந்தரே மிகப் பொருத்தமானவர் என முடிவுகண்டனர்.

அவர்கள் தீட்டிய திட்டத்திற்குச் சுவாமிகளும் இசைவு தந்தார். எனவே, அத்திட்டத்தின்படி 1914ஆம் ஆண்டு முதல் 1928ஆம் ஆண்டு வரை இலங்கை, இரங்கூன், பர்மா, மலாயா மற்றும் சிங்கப்பூர் முதலிய இடங்களுக்குச் சென்று வந்தார். அங்கெல்லாம் சுவாமிகள் தமிழ்மொழிச் சிறப்பையும், சமயநெறிகளையும் பரப்பி, வணிகப் பெருமக்களிடையே ஒரு விழிப்பை உண்டாக்கினார்.

இவருடைய அயல்நாட்டுப்பணிகளில் இவருக்கு ஆதரவாய் நின்றவர்களில் இரங்கூன் வாசி அண்ணாமலைச் செட்டியாரும் குறிப்பிடத்தக்கவர் ஆவார்.

அயல்நாடுகளில் தமிழ் இலக்கியப் பணிகளில் சுவாமி சகஜாநந்தா

சுவாமி சகஜாநந்தா அவர்கள் திருக்குறள், இலக்கியங்கள் போன்றவற்றில் சிறப்பாகப் பணியாற்றியதன் பயனாகவே, அண்ணாமலைப் பல்கலைக்கழகத்தில் நகரத்தார்கள் (செட்டியார்கள்) மூலமாகவே தமிழ்த்தொண்டு புரிய இலங்கை, பர்மா, சிங்கப்பூர், இரங்கூன், மலேசியா போன்ற நாடுகளுக்குச் சென்று, சைவம் மற்றும் தமிழ் வளர்ச்சிப்பணி புரிந்துவந்தார்.

இதற்குச் சான்றாகக் கழக வெளியீட்டு நூலில் புலவர்களின் 8வது வரிசையில் சுவாமி சகஜாநந்தாவை நாம் கண்டுதெளியலாம். தவத்திரு சுவாமிகள் ஆதிதிராவிடர்கள் கல்வியால் முன்னேற்ற மடைய நந்தனார்பள்ளி தழைத்துவளர கடல்கடந்து கையேந்திச் சென்றார்.

சிலோன், சிங்கப்பூர், பர்மா என்று அவர் ஆதி திராவிடர்களிடமும் மற்றவர்களிடமும் பொன்னும் பொருளும் பெற்றுப் பள்ளியை வளர்த்தார். மலேசியாவிலுள்ள பினாங் மாவட்டத்தில் அவர் ஆற்றிய உரையை இன்னும் பாராட்டுகிறவர்கள் இருக்கிறார்கள். பத்திரிகைகள் அவரது பணியைப் பெருமளவவுக்குப் பாராட்டி எழுதின.

இவற்றில் Pinjang Gazgett and Stgraite Chronicle என்ற பத்திரிகையின் குறிப்பு சிறப்பானது என்பார்கள். வேறொரு பத்திரிகை கீழ்வருமாறு எழுதிற்று.

வித்யா நிறுவனங்கள் நிறுவி, இந்திய ஏழை மக்களாகிய ஆதிதிராவிடர் பலருக்கு இந்துமத உணர்ச்சி செழிக்க அறிவுச்சுடர் கொளுத்தி வருகின்றனர். இவர் செய்யும் பணிக்கு அரசாங்கத் தாரும், அரசியல்வாதிகளும், தேசபக்தர்களும், மதத் தலைவர்களும் ஒருங்கே துணை நின்று அவரது முயற்சி கைக்கூடும்படி உதவி செய்யவேண்டும்.

இந்து மடாதிபதிகள் பலர் தங்கள் களியாடல்களிலும், சிலர் போலி வேதாந்தத்திலும் மருண்டு இந்துமதம் நாட்குநாட்டேய்ந்து, பிற உயிரற்ற மதங்கள் செழித்து கொழித்து வருவதையறியாது கிணற்றுத் தவளைகள் போல, வெறும் வறட்டுப் பல்லவி பாடிக்கொண்டிருப்பதுமின்றி, காலநிலையறிந்து அதற்கியைந்தன செய்யும் பிறரையும் அலைக்கணுறச் செய்துவருகின்றனர். இவர்கள் திருந்துங் காலமே இந்துமதம் உயிர்த்தெழுங் காலமாகும்.

இத்தருணத்து சுவாமி சகஜாநந்தா போன்றோர்க்குதவி செய்வது இந்து மதத்திற்கும், இந்தியர்க்கும். பாரததேவிக்கும் உதவிசெய்ததாகும். இப்போது திரு. சகஜாநந்தா வித்யா

நிலையம் முதலியவற்றின் வளங்கருதி, பொருள் வருவாய் விரும்பி மலாய் நாடு சென்றிருக்கிறார்.

முக்கியமாய் அவர் எண்ணிய மூன்றுகள். மடம், வித்யா நிலையம் இரண்டும் தொடங்கப் பெற்று நடந்துவருகிறது. எஞ்சிய ஆலயம் ஒன்றினையும் பூர்த்திசெய்யக் கருதி (சென்றிருக்கிறார்.). ஆதாரம் ஊழியன் 20.10.1925

அண்ணாமலைத் தமிழ்ப் பல்கலைக்கழகத் தோற்றம்

அறச்செல்வர் அண்ணாமலைச் செட்டியார் அவர்கள் 1910 ஆம் ஆண்டு ஐரோப்பிய மற்றும் இங்கிலாந்து நாடுகளுக்குச் சென்றுவந்தார். அப்போது, அங்கு நடைபெற்ற ஐந்தாம் ஜார்ஜ் மன்னரின் முடிசூட்டு விழாவில் கலந்துகொண்டார். அதேசமயம் புகழ்பெற்ற ஆக்ஸ்போர்டு மற்றும் கேம்பி ரிட்ஜ் பல்கலைக்கழகங்களைப் பார்வையிட்ட இவரது மனதில் நாமும். ஏன் இப்படியொரு பல்கலைக்கழகத்தை அமைக்கக்கூடாது? என்ற எண்ணம் தோன்றியது.

அதற்கான முன்னேற்பாடாக தமது சகோதரரின் (சிதம் பரத்தில், 1920) உயர்நிலைப்பள்ளியைக் கல்லூரியாக மாற்றி, அதற்கு ஸ்ரீமீனாட்சிக்கல்லூரி எனப்பெயரிட்டார். கடலூர் மாவட்டம் சிதம்பரத்தில் 1879ஆம் ஆண்டு ஒரு கல்லூரி ஆரம்பிக்கப்பட்டு, அது குறுகிய காலத்திலேயே மறைந்து விட்டது. இராஜா.சர். அண்ணாமலைச்செட்டியார் அவர்கள் தமது தமையனார் இராமசாமி செட்டியார் சிதம்பரத்தில் நிறுவிய பள்ளிக்கூட வளாகத்தில் முதலில் 1920ஆம் ஆண்டு தனது தாயார் பெயரில் மீனாட்சிக்கல்லூரியை நிறுவினார்.

1922ஆம் ஆண்டு அக்கல்லூரி, முதல்தரக் கல்லூரியாக உயர்வுபெற்றது. அதற்கான ஒரு தனி இடத்தைத் தேர்வு செய்யும் காலத்தில் அண்ணாமலைச் செட்டியாரின் நினைவில் உதித்த இடம் திருவேட்களம் என்ற பழமைவாய்ந்த இட மாகும். இங்கு இக்கல்லூரிக்கென்று தனிக் கட்டடம்

கட்டப்பட்டது. 1924ஆம் ஆண்டு முதல் அண்ணாமலை நகரில் மீனாட்சிக்கல்லூரி இயங்கிவந்தது.

1927ஆம் ஆண்டு சிதம்பரம் திருவேட்களத்தில் அரசர் அண்ணாமலையார் தமிழ்மொழிக்கும், சமஸ்கிருதத்திற்கும் தனித்தனிக் கல்லூரி அமைத்தார். தமிழ்மொழிக்கு திரு.உ.வே. சாமிநாத அய்யரையும், வடமொழிக்குத் திரு. தண்டபாணி தீட்சிதரையும் ஆசிரியர்களாகப் பணியில் அமர்த்தினார்.

இந்நிலையில், இராஜா.சர்.அண்ணாமலைச் செட்டியார் அவர்கள் ஒரு தமிழ்ப் பல்கலைக்கழகத்தை நிறுவ எண்ணம் கொண்டு சென்னை மாகாண அரசினை அணுகி அதற்கான ஏற்பாடுகளைச் செய்துவந்தார். இதற்கு அவர்தம் மூத்தப் புதல்வர் செட்டிநாட்டு அரசர் திரு.முத்தையாச் செட்டியார் போன்றோர்கள் பெரும்பங்கு ஆற்றினர்.

இத்தமிழ்ப் பல்கலைக்கழகம் அமைய சென்னை மாகாண நீதிக்கட்சி அரசால் நியமிக்கப்பட்ட அமைச்சர் திரு. சுப்பராயன் அவர்களைக் கொண்ட குழுவினருடன், அப்போதைய அரசால் நியமிக்கப்பட்ட கடலூர் மாவட்டக்கல்விக்குழு உறுப்பினரும். நந்தனார் கல்விக் கழக நிறுவனருமான ஏ.எஸ். சுவாமி சகஜாநந்தா எம்.எல்.சி. அவர்களிடம் திரு. சுப்பராயன் மந்திரி அவர்கள் சென்னைப் பல்கலைக்கழகம் இருந்துவரும் வேளையில் இப்புதிய பல்கலைக்கழகம் தேவையா?' என கேட்டறிந்தார்.

அதற்கு சுவாமி சகஜாநந்தா அவர்கள் அவசியம் இப்புதிய தமிழ்ப் பல்கலைக்கழகம் அமையவேண்டி தமது பரிந்துரைகளை அமைச்சரிடமும், அரசுக்கும் தெரிவித்தார். இதன் விளைவாக, 1928ஆம் ஆண்டு செப்டம்பர் மாதம் சென்னை மாகாண அரசால் பல்கலைக்கழக மசோதா கொண்டுவரப்பட்டு. 1928 ஆம் ஆண்டு டிசம்பர் மாதம் அதற்கான ஒப்புதல் அன்றைய கவர்னரால் வழங்கப்பட்டது.

பிறகு அண்ணாமலைச் செட்டியார் அவர்கள். ஆரம்பித்த மீனாட்சிக்கல்லூரி, தமிழ்க்கல்லூரி, இசைக்கல்லூரி (1929) ஆகிய மூன்றுடன், சுமார் 300 ஏக்கர் நிலப்பரப்பினையும், ரூபாய் இருபது இலட்சத்தினையும் அரசாங்கத்திடம் ஒப்ப

டைத்தார். 1929ஆம் ஆண்டு ஜூலை முதல் (17–1929) இது பல்கலைக் கழகமாக இயங்க ஆரம்பித்தது.

இராஜா.சர். அண்ணாமலையாரின் தொண்டுள்ளத்தைப் பாராட்டும் வகையில், இவருடைய பெயரையே சூட்டி, இந்நிறுவனத்திற்கு அண்ணாமலைப் பல்கலைக்கழகமாக உருப்பெற்றது. இந்நிலையில், அண்ணாமலைச் செட்டியார் அவர்களுக்கு 431929 அன்று சர் பட்டம் வழங்கி கவுர விக்கப்பட்டது.

அண்ணாமலைத் தமிழ்ப்பல்கலைக்கழகம் அமைய சுவாமி ஏ.எஸ்.சகனாநந்தா அரசிடம் சாட்சியம்

கடந்த 1923ஆம் ஆண்டு (ஜஸ்டீஸ்) நீதிக்கட்சியினர் தமிழ் யூனிவர்சிட்டி வேண்டுமென்று கிளர்ச்சி நடத்தியதின் பயனாக இந்த கவுரவம் வாய்ந்த சபையின் மூலம் இராமநாதபுரம் அரசசபைத்தலைமையாகக் கொண்ட கமிட்டி ஒன்று தோன் றியது. அதில் நமது 2வது மந்திரி கனம் பி.டி.இராஜன் அவர்களும் அங்கத்தினராயிருந்தார்கள். அந்தக்கமிட்டி சிதம் பரம் வந்திருந்த போது, தமிழ் யூனிவர்சிட்டி அவசியமா வென்று என்னையும் விசாரித்தார்கள்.

யானும் தமிழ் யூனிவர்சிட்டி கமிட்டியில் சாட்சியம் சொல்லி யிருக்கிறேன். அதுசமயம் கனம் இராஜா. சர். அண்ணாமலைச் செட்டியாரவர்கள் தமிழ் யூனிவர்சிட்டியை வைப்பதற்கு விரும் பினார். அப்போது இருக்கிற யூனிவர்சிட்டிகள் போதாதா? எதற்காக மற்றுமோர் யூனிவர்சிட்டி வைக்கவேண்டுமெனப் பலர் ஆட்சேபித்தார்கள்.

அதுசமயம் மந்திரியாயிருந்த கனம் டாக்டர் சுப்பராயன் அவர்கள் சென்னை யூனிவர்சிட்டியால் தமிழர் நாகரிகத்தைப் பிரதானமாக வெளிப் படுத்த முடியவில்லை. மற்றைய நாட் டினருக்கும் தமிழர் மேன்மையை அறிவிக்கும் வண்ணம் தமிழ்நாட்டில் ஓர் தமிழ் யூனிவர்சிட்டி இருத்தல் அவசிய மெனப் பேசினார்.

அண்ணாமலை யூனிவர்சிட்டி தோன்றியபின், முதல் பட்ட மளிப்பு விழாவில் அதன் ஸ்தாபகரும், வைஸ்சான்ஸலரும் இருவரும் இது தமிழ் அபிவிருத்திக்கு ஏற்பட்ட நிலையம் என்று சொன்னார்கள்.கனம் இராஜா.சர்.அண்ணாமலைச் செட்டியாரர்வர்களுக்கு யூனிவர் சிட்டியில் அதிகம் உரிமை இருக்கிறது. செனட், சிண்டிகேட். பைனான்ஸ் கமிட்டி. செலக்ஷன் போர்டு இவைகளில் நியமனஞ் செய்யும் உரிமையும் இருக்கிறது.

அவர்கள் மேற்படி சர்வகலா சாலையை ஒழுங்கான முறைக்குக் கொண்டுவரலாம். சட்டம் இடந்தரவில்லை யாயின், ஒழுங்கான முறைக்குக் கொண்டுவர சட்டத்தைத் திருத்தியமைக்கலாம். யான் சிதம்பரம் வாசியாதலாலும், யூனிவர்சிட்டி ஆக்ட் பாஸாக முயற்சித்தவனாதலாலும், வள்ளலாகிய இராஜா அவர்களின் தருமம், சரியானபடி நடக்க வேண்டுமென்னும் எண்ணமுடைய வனாதலாலும், யானும் மேற்படி செனட் மெம்பர் ஆதலாலும், பல்கலைக்கழகம் நன்றாகச் செழித்தோங்கக்கூடிய முறையிலும் பல ஜாதிக்கும் பயன்படும் முறையிலும் நடக்கச் செய்வது முக்கியமெனக் குறிப்பிடுகிறேன். (ஆதாரம் (1933 மார்ச் மாதம் 21ம் தேதி சுவாமி சகஜாநந்தா அவர்கள் சட்ட மன்றத்தில் பேசியது Vol. LXVI பக்கம், 539–543). ரவிக்குமார் கல்வியே செல்வம், 2008).

குறிப்பு: இந்தியாவிலுள்ள ஆதிதிராவிடப் பழங்குடி யினர் வகுப்பினைச் சார்ந்த மாணவ மாணவிகள் ஓராண்டுக்கு சுமார் 10 ஆயிரத்திற்கும் மேற்பட்டோர் இன்று ஒரே இடத்தில் அனைத்து வசதிகளுடன் தரமான கல்விகளை பெற்று வருகின்றனர். குறிப்பாக, இந்த அரிய பாக்கியம் இந்தியாவில் வேறெங்கும் இல்லை என்றே சொல்லலாம். இந்தப்புகழ் அனைத்தும் அரசர் அண்ணாமலைச் செட்டியாருக்குச் சேரும். மேலும், அண்ணாமலைப் பல்கலைக்கழகத்தின் புகழ் என்றும் நிலைத்திருக்கும் என்றால் அது மிகையாகாது.

அரசர் அண்ணாமலையார் அவர்கள் சுவாமி ஏ.எஸ். சகஜாநந்தா அடிகளாரைத் தமது பல்கலைக்கழகத்தில் ஆயுட் கால செனட் உறுப்பினராகவும், தமிழறிஞராகவும் நியமித்து பெருமைப் படுத்தி வந்தார்.

இராஜா.சார். முத்தையாச்செட்டியார் அவர்கள் தமிழிலே நிறைகுடங்களாகத்திகழ்ந்தபெரும்புலவர்களானபண்டிதமணி கதிரேசன் செட்டியார், தேவநேயப்பாவாணர், சுவாமி சகஜா நந்தா (சிறப்பு ஆசிரியராகவும்) போன்றவர்களையும் நியமித்து, அழகு பார்த்தார் என்பது பெருமைக்குரியப் பணியாகும்.

மேலும், சுவாமி சகஜாநந்தா அவர்களின் 63ஆம் ஆண்டு விழாவின் போது, நந்தனார் பெண்கள் பள்ளியில் ஆரம்பப் பள்ளியின் ஆசிரியையாகப் பணியாற்றிவந்து, அடிகளோடு இருந்து மடத்தில் சேவை செய்துவந்த கோவிந்தம்மாள் ஆசிரியை அவர்கள், தனது ஊதியத்தைக்கொண்டு அமைத்த சுவாமி சகஜாநந்தரின் திருவுருவச்சிலை ஒன்றினை சிதம்பரம் ஓமக்குளம் நந்தனார் மடத்தில் இராஜா.சர். முத்தையாச் செட்டியார் (எம்.எல்.ஏ) அவர்கள் தலைமையில், சமூக மக்களுக்கு 1954ஆம் ஆண்டில் அர்ப்பணித்தார்.

இச்சிலையை, சிதம்பரம் இடைத்தெரு நாகராஜப்பிள்ளை அவர்கள் ரூபாய் 3,000க்கு செய்துத் தந்துள்ளார். இக்கற்சிலை யினை நந்தனார் மடத்தில் இன்றும் காணலாம். இந்தச் சிலைத்திறப்புநிகழ்ச்சியில் முன்னாள் தமிழக சட்டப் பேரவை யின் தலைவராக இருந்த ஆதிதிராவிட இன மக்களுக்கு பெரும்புகழை ஈட்டித்தந்த மேதகு ஜெ.சிவசண்முகம் பிள்ளை (எம்.எல்.சி) அவர்கள் தலைமையில் வள்ளல் முத்தையாச் செட்டியார் அவர்கள் திறந்து வைத்தார்.

இவ்விழாவில் முன்னாள் அமைச்சர் திரு. பி.பரமேஸ்வரன் அவர்களும் கலந்துகொண்டார். இவை அடிகளின் தமிழ் இலக்கியத்திற்குக் கிடைத்த சான்றாகக்கொள்ளலாம்.

குறிப்பாக, அரசர் முத்தையா அவர்களின் காலத்தில் புகழ்பெற்ற சட்டத்துறை பேராசிரியர், நீதிகட்சித்தலைவர் மற்றும் இந்தியக் குடியரசுக் கட்சியின் தலைவராக இருந்துவந்த தந்தை என்.சிவராஜ் (எம்.பி) அவர்களுக்கும், இவரது துணைவியார் பெருந்தலைவியான அன்னை மீனாம்பாள் சிவராஜ் அவர்களுக்கும் இப்பல்கலைக்கழகத்தில் செனட் பதவி அளித்துப் பெருமைப் படுத்தியது பாராட்டத்தக்கதாகும்.

சென்னையில் 1942ஆம் ஆண்டு சட்டமாமேதை அறிஞர்

அம்பேத்கர் அவர்களை குமாராஜா முத்தையா அவர்கள் செட்டிநாட்டு அரண்மனைக்கு அழைத்து புல்தரையில் தேனீர் விருந்து கொடுத்து மிக்க கவுரப்படுத்தினார். இவ்வுயரியபண்பாடு மிகவும் போற்றுதலுக் குரியதாகும்.

இராஜா. சர். அண்ணாமலைச் செட்டியார் அவர்கள் சிதம்பரத்தில் மீனாட்சி (தமிழ்க்) கல்லூரியை 1929ஆம் ஆண்டு தொடங்குகையில், அதற்குச் சட்டவடிவம் தந்து உதவவேண்டுமாய் சுவாமி சகஜாநந்தா அடிகள் பரிந்துரைத்தார். இவர் சென்னை சட்டமன்ற மேலவை உறுப்பினர் ஆவார். இவர் தென்னார்க்காடு மாவட்ட உயர்கல்வி வளர்ச்சிக்கு அரசை வற்புறுத்தி உரிய ஆணை பெற்றிட உதவினார்.

அண்ணாமலைப் பல்கலைக் கழகத்தால் எதிர்காலத்தில் தனது சமூகத்திற்கும் ஏழை எளிய சமூகத்திற்கும் கிடைக்க இருக்கும் நன்மையை முன்கூட்டியே எண்ணி இப்பெரும் பணியில் இவர் ஈடுபட்டார் என்பது பெருமைக்குரியதாகும்.

சுவாமி சகஜாநந்தா மூலம் ஆதிதிராவிட மக்கள் கல்வியில் எந்த அளவு முன்னேற்றம் அடைந்தார்களோ, அந்த அளவு ஆதிதிராவிட மக்கள் அரசர் அண்ணாமலைச் செட்டியாரின் அண்ணாமலைப் பல்கலைக்கழகத்தின் மூலமும் பல இலட்சம் மக்கள் பட்டமும், பதவிகளையும் நாடு முழுவதும் பெற்றுள்ளார்கள் என்பது சரித்திர உண்மையாகும்.

இவ்வள்ளலின் அறப்பணியால் ஆதிதிராவிட மக்களும், குறிப்பாக, நந்தனார் பள்ளி மாணவர்களும் வள்ளல் அண்ணாமலைச் செட்டியார், இராஜா.சர்.முத்தையாச் செட்டியார், டாக்டர் எம்.ஏ.எம். இராமசாமிச்செட்டியார் அவர்களையும் என்றென்றும் வாழ்த்தி வணங்கக் கடமைப் பட்டவராவார்கள். மேலும், சுவாமி சகஜாநந்தாவின் தமிழ் இலக்கியப்பணி, சமயப்பணி மற்றும் கல்வி, அரசியல், சமுதாயப் பணிகளைப் பாராட்டி, இக்கல்விக்கழகத்தில் ஆயுட்கால செனட் பதவி வழங்கினார்கள்.

நந்தனார் கல்விக்கழகமும் அண்ணாமலை சர்வகலா சாலையும் தோன்றிய பிறகு, அன்று பலர் புலவர்களாகவும், B.A., M.A., டிக்கிரி பெற்றவர்களாகவுமிருக்கின்றனர். முப்பது

ஆண்டுகளுக்கு முன்னர் தாசில்தார் பதவி கொடுப் பதாக அரசாங்கத்தார் விளம்பரஞ் செய்தனர். அப்போது கனம் என்.சிவராஜீ அவர்களும், எ.இராமச்சந்திரன் அவர்களும் ஆக இருவர்தாம் கிடைத்தனர்.

இப்போது பலர் கல்லூரி டிக்கிரி பெற்றுள்ளனர். சென்ற ஆண்டில் சென்னையில் கூடிய ஒரு கூட்டத்தில் ஹரிஜனங் களில் தொழிற் கல்வி படிக்க பட்டம் பெற்றவர்கள் 400 பேர்கள் கூடினர். இப்பொழுதும் அண்ணாமலை சர்வ கலாசாலையில் சுமார் 50 பேர்கள் வரை படிக்கின்றனர் என்றார். (சுவாமி சகஜாநந்தா எழுத்தும் பேச்சும், பக்க. 36).

அண்ணாமலைப்பல்கலைக்கழகப் பாடத்திட்டத்தில் சுவாமி சகஜாநந்தா அடிகளார் வரலாறு

சுவாமி சகஜாநந்தா அவர்கள் பூர்வத் தமிழ்க்குடியில் தோன்றி, அரும்பெரும் ஆன்மிகத்தொண்டின் மூலம் சுவாமி என எல்லோராலும் ஏற்றுக்கொள்ளப்பட்டவர். அதன் மூலம் அவர் தமது இலவசப்பள்ளிகளில் (ஆண்,பெண்) ஏழைக் குழந்தைகளுக்கு சாதிமதம் பாராமல் கல்வி ஆன்மிகம் அளித்துக் காத்துவந்தார்.

இவர் அரசியலில் 32ஆண்டுகள் தமிழக சட்டமன்றத்தில் சிறப்பாகப் பணியாற்றியதன் பயனாகவே, இன்றும் ஆதி திராவிட மக்கள் தென்னார்க்காடு (கடலூர்) மாவட்டத்தில் அனைத்துத் துறையிலும் முன்னோடியாகவே உள்ளனர்.

இதனை உறுதிச்செய்யும் வகையில், அண்ணாமலைப் பல்கலைக்கழகத்தில் முதுகலை நூலக அறிவியல் பட்டயப் படிப்பில் (M.L.I.S.1999) விருப்பப்பாடமாக (Elective Subject) சுவாமி சகஜாநந்தா மற்றும் வள்ளலார் போன்ற வர்களின் ஆன்மிகம், கல்வி, அரசியல், பணிகளைப் போற்றும் வகையில் அப்பாடப்பிரிவில் அன்று சேர்த்திருந்தது பெருமைக்குரிய பணியாகும்.

தமிழுக்குத் தொண்டு செய்த அயோத்திதாசரின் பாட்டனார் பட்டலர் கந்தப்பன், அயோத்திதாசப்பண்டிதர், கோலார் T.அப்பாதுரையார், முருகேசப்பிள்ளை, சுவாமி சகஜாநந்தா தேவநேயப்பாவாணர், பெருஞ்சித்திரனார் ஆகியோர்கள் பழம் பெரும் ஆதிதிராவிடர்கள் குடியில் பிறந்தவர்கள் ஆவார்கள்.

மேலும், சுவாமி அவர்கள் அண்ணாமலைப் பல்கலைக் கழகத்தில் செனட் பதவி பெற்றது. தமிழ்த்தொண்டுக்குக் கிடைத்த பரிசாகும். சுவாமி சகஜாநந்தா அவர்கள் அண்ணாமலைப் பல்கலைக் க்ழகத்தில் செனட் உறுப்பி னராகவும் இருந்து பணியாற்றினார். மேலும், சுவாமி அவர்கள் இப்பல்கலைக்கழகத்தில் இலக்கியச் சொற்பொழிவுகளும் ஆற்றியுள்ளார்.

குறிப்பாக, சுவாமி சகஜாநந்தா அவர்களின் பல்நோக்குப் பணியின் விளைவாகவே, இன்று கடலூர் மாவட்டம் அரசியல், கல்வி வளர்ச்சிப்பணி போன்றவற்றில் தமிழகத் திற்கு முன்னோடியாகவே இங்குள்ள ஆதிதிராவிட மக்கள் உள்ளனர். இதனாலேயே இப்பகுதியில் இன்றும் இம்மக்களின் விடுதலைக் கானப் பகுத்தறிவு இயக்கங்கள், பல்வேறு மன்றங்கள், கட்சிகள் என பல தோன்றுவதற்கு காரணமாகும்.

இலங்கைவாழ் தமிழர் நலப்பணியில் இனமான தமிழர் சுவாமி சகஜாநந்தா

சுவாமி சகஜாநந்தா அவர்கள் இலங்கைவாழ் தமிழர் நலனிலும் அக்கறைகொண்டவர் ஆவார். அதாவது, தமிழ் நாட்டிலிருந்து சென்ற முதலாளிகளும், தொழிலாளர்களும் அங்கு, காட்டையும் மேட்டையும் பண்படுத்தி, தேயிலை, காப்பி, தென்னை போன்றவைகளைப் பயிரிட்டு, அந்நாட்டை வளமாக்கினார்கள். அப்படி உழைத்து அந்தநாட்டை வளப் படுத்தியவர்கள். குறிப்பாக, ஆதிதிராவிடத் தொழிலாளிகள் தான். இலங்கை சுதந்திரம் அடைந்தபிறகு, (1947) இந்த ஏழைத்தொழிலாளிகளை நாட்டை விட்டே வெளியேற்று வதை சுவாமி அவர்கள் மிகவன்மையாக கண்டித்தார்.

மேலும், இதுகுறித்து, அன்றைய இந்தியப்பிரதமர் திரு. நேரு அவர்கள் இலங்கை பிரதமருடன் நேரில் பேசி, வேண்டிய பரிகாரம் தேட வேண்டுமெனவும் வேண்டுகோள் விடுத்தார். ஆனால், இலங்கை அரசுக்கும், தமிழர்களுக்கும் இடையே நடைபெறுகின்ற போராட்டத்தை யாருமே தீர்க்க முன்வரவில்லை. மீண்டும் தமிழக சட்டப்பேரவையிலே ஒரு நினைவூட்டு விண்ணப்பம் செய்தார்.

அதாவது, இந்தியர்களை (தமிழர்களை) விரட்டிட வேண்டு மென்ற நோக்கத்துடன் இப்போது அங்கே (இலங்கையில்) வெகு மும்முரமாக வேலையைச் செய்கிறார்கள். ஆகை யினால், இங்கே இருக்கும் நம்முடைய சென்னை கவர் மெண்டின் முதல் மந்திரி அவர்கள் இதற்குத் தீவிரமான முயற்சி எடுத்துக்கொண்டால், உடனே அவர்கள் பணிவார்கள்.

எனவே, இந்திய கவர்மெண்டும், சென்னை கவர் மெண்டும் தக்க நடவடிக்கை எடுத்து சிலோனிலுள்ள (இலங்கையிலுள்ள) நமது ஜனங்களுக்கு உரிமைகளை வாங்கிக்கொடுக்கும்படி கேட்டுக் கொள்ளுகிறேன் என்று, இனமான தமிழர் தலைவர் சுவாமி அவர்கள் போராடினார். ஆகவே, சுவாமிகளின் கருத்துக்கு முக்கியத்துவம் அப்போதே கொடுத்து ஆட்சியாளர்கள் செயல் பட்டிருந்தால், இன்று இலங்கைக்கும் இந்தியாவிற்கும் இடையே சமூகமான உறவுகள் வலுப்பெற்றிருக்கும்.

தமிழர்கள், நலமும்,வளமும்,உரிமையும் பெற்றிருப்பர். தேவையற்ற போர்களினால் பெரும் உயிர்ச்சேதமும், பொருட்சேதமும் விளைந்திருக்காது. இவர் கூறிய தீர்க்கமான யோசனையை வெகுகாலங்கழித்து மேற்கொண்டதால், வெற்றியைப் பெறுவதில் அதிக சிரமம் நிலவி வருகிறது. இக்கூற்றிலிருந்து, இவர் ஓர் உலகத்தமிழர்களின் ஒப்பற்ற அரசியல் வழிகாட்டியாக விளங்குகிறார் என்றால் அது மிகையாகாது.

சமுதாயப்பணி

சுவாமி சகஜாநந்தா அவர்கள் ஆதிதிராவிடர் பழங்குடிகள் மற்றும் பிற்படுத்தப்பட்ட மக்கள் முன்னேற்றம் அடைய பின்வரும் பணிகளை, தமது வாழ்க்கையின் இலட்சியமாக கொண்டு செயலாற்றி வெற்றிக் கண்டார். அவற்றில் 1. கல்விப்பணிகள், 2. சமுதாயப்பணிகள், 3. சமயப்பணிகள், 4. பொருளாதாரப்பணிகள், 5. இலக்கியப்பணிகள், மற்றும் 6. அரசியல்ப் பணிகள் என நீண்டு, பண்டிதர் அயோத்திதாசர் பணிகள் போலவே, இவரது சமூகப் பணிகளும் காணப் படுகின்றன.

சுவாமி சகஜாநந்தா அவர்கள் ஒரு குறிப்பிட்ட இனத்துக்கோ அல்லது ஒரு துறைக்கோ உரியவர் என்று சொல்லுவது தவறாகும். இவ்வுலகில் ஒவ்வொருவரும் குறிப்பிட்ட ஒருசில துறைகளில் மட்டும் தான் தேர்ச்சிப் பெற்றவராக விளங்குவது இயல்பு ஆகும்.

ஆனால், சுவாமி சகஜாநந்தா அவர்கள் அயோத்திதாசரைப் போலவே, அனைத்துத் துறைகளிலுமம தேர்ச்சிப் பெற்று தமிழ்நாட்டு, தென்னார்க்காடு மாவட்டப் பிரச்சினைகளை கல்வி, சமூக, சமயப் பொருளாதார அரசியல் ரீதியில் முன் வைத்ததோடு மட்டுமில்லாமல், கேரளாவின் புகழ் பெற்ற நாராயணகுருவிற்குப் பிறகு, தமிழக ஆதிதிராவிடர்களுக்கு இந்தியாவிலேயே சொத்துக்களுடன் கூடிய கல்வி நிறுவனம் கண்ட தியாகியாவார்.

தமிழக ஆதிதிராவிடர் சரீரத்தில் இவரின் சமூகப்பணிகள் என்பது ஒரு மைல்கல்லாகவும் மற்றும் சுமைத்தாங்கி யாகவும் உள்ளது. இவரை அறிஞர். அண்ணாதுரை அவர்கள் இவர் ஒரு வாழம் அரவிந்தர் போன்றவர் என பாராட்டினார்.

சென்னை தியோசபிகல் சொசைட்டியில் சுவாமி சகஜாநந்தா அடிகளார்

சென்னை அடையாற்றிலுள்ள தியாசபிகல் சொசைட்டி அன்றையக்காலத்தில் அனைத்து சமயத்தைச் சார்ந்த மக்களை முன்னேற்றும் சங்கமாக விளங்கியது. இது ஒரு ஆங்கிலேய நிறுவனமாகும். இந்நிறுவனம் பெயர்பெற்ற அறிஞர்களான அயோத்திதாசப்பண்டிதர், பெரியார், திரு.வி.க. பாரதியார், எம்.சி. இராஜா ஜான்ரத்தினம், இரட்டைமலை சீனிவாசன், சுவாமி சகஜாநந்தா போன்றவர்களை உருவாக்கியது.

இவ்வமைப்பு மூலமாகவே இதன் பிந்தைய நிறுவனரான அன்னிபெசன்ட் அம்மையார் மூலமாக நந்தனார் பள்ளிக்கு காந்தி, நேரு, இராஜாஜி, ஜி.டி.நாயுடு, காமராஜர், கக்கன் போன்ற மாபெரும் தலைவர்களும், அறிஞர்களும் இப்பள்ளிக்கு வருகைபுரிய காரணமாக இச்சங்கம் அமைந்தது. சர். சதாசிவ அய்யர் அவர்கள் அய்கோர்ட் ஜட்ச் மற்றும் சிறந்த அறிஞருமான இவர் தியோசபிகல் சங்கத்தைச் சேர்ந்தவராவர்.

அச்சங்கத்தின் நோக்கமென்பது, பிறப்பில் உயர்வுதாழ்வு கூடாது என்பதாகும். இந்த அய்யர் வாழ்க்கையும் பிறப்பில் உயர்வுதாழ்வையோ, தீண்டாமையோ,இன்ன பிறவற்றையோ அறியாதது. அறியாதது தியோசபிகல் சங்க ஆண்டு விழா முடிந்ததும்,அய்யரால் பொதுவான விருந்தொன்று நடத்தப்படும். எல்லோருக்கும் ஒரேவித வழிபாடு நடக்கும்.

அவ்வழிபாட்டில் எனக்குங்கலப்புண்டு. சிதம்பரம் சகஜா நந்தரை நந்தனார் பள்ளி வாயிலாக நாடறியச் செய்தது அய்யரின் அன்பேயாகும் என்பார்.

பெண்ணின விடுதலைப் பணியில் சுவாமி சகஜாநந்தா

இந்துமதத் தடைகளை மீறி பெண்கள் கல்வி கற்பது என்பது மிக முக்கியமானது ஆகும். இவர் சிறந்த

ஆன்மீகவாதியாக இருந்தாலும் பெண்ணின் விடுதலைக்குக் கல்வியே சிறந்தது என எண்ணி அனைத்துத்தரப்பு ஏழை மாணவிகளுக்கும் இலவசமாக உண்டு உறைவுடன் கூடிய தங்கும் விடுதி, கல்விச்சாலைகள் ஏற்படுத்தித்தந்த பெரியா ராவார்.

இவரின் தீராத ஆசையான பெண்கள் கல்லூரி மட்டும் தொடங்க முடியாமல் போனது இவரின் சிறப்புக்குத் தடை என்றே கூறலாம். இவர் இன்னும் சிலகாலம் இருந்திருந்தால், பெண்களுக்கு தனிக் கல்லூரி தொடங்கி ஏழை பெண்கள் இன்னும் முன்னேற்றம் காண உதவியிருப்பார் என்றார் பெரியார் அவர்கள்.

இதன்மூலம் இவரை நாம் பெண்கள் விடுதலையின் நடைமுறையின் முன்னோடி என்றே கூறலாம். மேலும், அனைத்துத் துறைகளிலும் பெண்களுக்காக சம வாய்ப்பு கிடைக்க இவ்வீரர் சட்டமன்றத்தில் பலமுறை வாதாடியுள்ளார் என்பது இன்னும் சிறப்பானப் பணியாகும். இவரின் பள்ளியில் கல்வி பயின்றவர் தான், தமிழக சட்டமன்ற எதிர்க்கட்சித் தலைவியாக விளங்கிய மதுரை பொன்னம்மாள் அவர்கள் என்பது குறிப்பிடத்தக்கச் சான்றாகும்.

சுவாமி சகஜாந்ந்தரின் சித்த மருத்துவப் பணி

மேல்நாட்டு தட்பவெப்ப நிலைக்கும், நம்நாட்டு தட்ப வெப்ப நிலைக்கும் உள்ள வித்தியாசங்களையும், உணவு முறையிலுள்ள வேறுபாடுகளையும் விளக்கி, நம் தமிழ் நாட்டு மக்களுக்கு ஆங்கில ஆயுர்வேத மருந்துகளைவிட, தமிழ் வைத்தியமெனுஞ், சித்த வைத்தியமே பொருந்தும் எனக்கூறினார்.

இதனால் பிற மருந்து முறைகளால் குணமாகாத நோய்களும் தீரும்; செலவும் குறைவாகும். மேலும், தமிழ்நாட்டிலுள்ள சித்த வைத்தியக் கல்லூரியில் பாடபுத்தகம் இல்லை. மருந்து செய்யும் முறைகளைக் கற்றுக் கொடுப்பதுமில்லை. சித்தவைத்தியம் எனும் பெயரில் ஆயுர்வேத மருந்துகளே வழங்கப்படுகின்றன.

படித்து முடித்துவிட்ட மாணவர்களுக்குப் பட்டமும் கொடுப்பதில்லை. அரசு சித்தவைத்தியத்தை அலட்சியப் படுத்துவதைச் சுட்டிக்காட்டி சுவாமி சகஜாநந்தா அவர்கள் சித்தவைத்தியம் பயிலும் மாணவர்களும் மரியாதையையும் வழங்க வேண்டுமென அரசிடம் வேண்டுகோள் வைத்தார்.

(பேரா. டாக்டர். பொன். சுப்ரமணியன், சுவாமி சகஜாநந்தா, 2000, பக், 90). இங்கு ஆதிதிராவிடர்களின் முதல் அறிவாசான் அயோத்திதாசப் பண்டிதருக்கும் கடைசி மைல்கல்லாக விளங்கும் சுவாமி சகஜாநந்தாவிற்கும் இருந்த ஒற்றுமை என்பது பூர்வத்தமிழ் மக்களின் சித்தர் வைத்திய முறைகளைப் பாதுகாக்கும் நடவடிக்கையாகவே காணமுடிகின்றன.

சகஜாநந்தா அடிகளாரின் அரசியல் பணிகள்

பெருந்தலைவர்களான டாக்டர். அம்பேத்கர், இரட்டை மலை சீனிவாசன் முன் முயற்சியினால் சுவாமி சகஜாநந்தா அவர்கள் சென்னை மாகாண சட்ட மேலவை (லெஜிஸ்லேட்டிவ்கவுன்சில் மெம்பர்) ஆனார். 1926ஆம் ஆண்டு தமிழகத்தில் சுவாமி சகஜாநந்தா, இரட்டைமலை சீனிவாசன், என். சிவராஜ், எம். சி. இராஜா, கோவை, எச். எம். ஜெகநாதன் உட்பட ஆதிதிராவிட உறுப்பினர்களுக்கு ஆங்கிலேய அரசு மேற்கண்ட பதவியை வழங்கியது.

சுவாமி அவர்கள் 1932 ஆம் ஆண்டு வரை இப்பதவியில் பணியாற்றி வந்தார். பின்பு, இவர் சென்னை மாகாண சட்டப்பேரவை உறுப்பினராக 1936ஆம் ஆண்டு முதல் 1959ஆம் ஆண்டு வரை சுமார் 34 ஆண்டுகள் தமிழக சட்டமன்றத்தில் பணியாற்றிய பெருந் தலைவராவார்.

மேலும், சுவாமி அவர்கள் சிதம்பரம் நகர மன்றத் தலைவராகவும் இருந்து வந்தார். சுவாமி சகஜாநந்தா அவர்களுக்கு இந்து மதத்திலுள்ள கொடுஞ்செயல்களான சாதி தீண்டாமைக் கொடுமைகள் போன்றவைகளை நன்குணர்ந்த அடிகளார், தாம் கொண்ட இலட்சியங்களுக்காக கடைசிவரை

திருமணம் புரியாமல் துறவுபூண்டு சமூகப்பணியில் வெற்றி கண்டார்.

ஆதிதிராவிடர்கள் அரசின் பொதுவழியில் நடக்கவும், ஆலயங்களில் வழிபடவும், கல்வி கற்கவும், இறந்தவர்களை பொதுவழியில் எடுத்துச்சென்று புதைக்க இருந்த தடைபோன்ற முக்கிய அடிப்படை சமூக உரிமைகள் பெற்றுத்தந்தார். ஆரிய வேஷப்பிராமணர்களும், திராவிட வேஷப்பிராமணர்களும் பூர்வக்குடிகளை மனிதர்களாகவே நடத்த வில்லை. எனவே, இந்து மதம் மூலம் தான்கண்ட அனைத்துத் துன்பங்களும் நம் மக்களுக்கும் உண்டு என்று சுவாமி அவர்கள் உணர்ந்

திருந்தார். ஆரியர்களின் ஆயுதமான இந்து மதத்தினைக் கொண்டே ஆரியத்தினை கல்வி என்ற ஆயுதத்தின் மூலம் அடக்கினார்.

இவ்வீரர் சிதம்பரம் நடராஜர் தரிசனத்தில் நந்தன் திருவுருவப் படத்தினை ஓமக்குளம் நந்தனார் மடத்திலிருந்து ஊர்வலமாக கொண்டுச் சென்றார். பின்னர், ஆலய நுழைவு, வேதப்புலமை நிரூபணம், ஆதிதிராவிடர் ஆண் பெண் குழந்தைகளுக்கு கல்வி மற்றும் அனைவரும் பூநூல், விபூதி அணிதல் போன்ற உரிமைகளையும் பெற்றுத்தந்தார்.

எம்மக்கள் அடிமைகள் அல்ல; அரசாண்டப் பரம்பரை யினர் ஆவார்கள்! என்ற யதார்த்தத்தினை அயோத்திதாசப் பண்டிதரைப்போலவே, பின்பு, சுவாமி சகஜாநந்தா அவர் களும் உணர்த்தினார்.

சுவாமி சகஜாநந்தா அவர்கள் சென்னை மாகாண சட்டமன்றத்திற்கு பிரிட்டிஷ் ஆட்சியாளர்கள் மூலம் 1926 முதல் 1932ஆம் ஆண்டு வரையிலும், பின்பு 1936 முதல் சுவாமி அவர்கள் 1959ஆம் ஆண்டு (தாம் இறக்கும்) வரை சிதம்பரம், காட்டுமன்னார்குடி தொகுதியிலிருந்து தேர்ந் தெடுக்கப்பட்டார்.

மேலும், இவர் சட்டமன்றத்தில் 34 ஆண்டுகள் தொடர்ந்து ஆதிதிராவிடர் பழங்குடியினர் விடுதலைப்பணிக்கும், ஒடுக் கப்பட்டோர் மற்றும் பிற்படுத்தப்பட்டோரான வன்னியர்

இன ஒற்றுமைக்கும் மிகச் சிறப்பாகப் பணியாற்றியுள்ளார். இதற்குச்சாட்சியாக சில சட்டமன்ற உரைகளை நாம் இங்கு பின்வருமாறு கண்டுணரலாம்.

குறிப்பாக, சென்னை மாகாண தாழ்த்தப்பட்ட மக்களின் குறைகளை கண்டறிந்து வெளியிட பிரிட்டிஷ் அரசு டெல்லி யிலிருந்து தமிழகம் வந்த இந்தியச் சட்டக்குழு தமிழகத்தில் 12 தாழ்த்தப்பட்டத் தலைவர்கள் கொண்ட ஒரு குழுவை அமைக்கப் பரிந்துரைத்தது. அவற்றில் நமது சுவாமி சகஜாநந்தாவும் ஒருவர் ஆவார்.

சிதம்பரம் நகராட்சி கவுன்சிலர் சேர்மன் பதவிகளில் சுவாமி சகஜாநந்தா

1925 ஆம் ஆண்டு சுவாமி சகஜாநந்தா அவர்கள் சிதம் பரம் நகராட்சியின் கவுன்சிலராக நியமனம் செய்யப்பட்டார். காரைக்குடி செட்டிநாட்டு அரசர் இராமசாமி செட்டியாருக் குப்பின், நாட்டுப் பிள்ளை சேர்மனாக இருந்தார். அதன்பின்னர் மீரான்பாய் அவர்கள் நகரமன்ற சேர்மனாக இருந்தார். பின்னர் இவர் தேர்தலில் இ.ய. சீனிவாசச்சாரியிடம் தோற்றார்.

இப்பதவியை நேரடியாக சீனிவாசாச்சாரியாரிடம் ஒப்ப டைக்காமல், அப்பொழுது மூத்த உறுப்பினராக இருந்து வந்த சுவாமி சகஜாநந்தரிடம் ஒப்படைக்கப்பட்டது. இதனால் சுவாமி அவர்கள் ஒரு சில நாட்கள் நகரமன்ற தந்தையாகவும் இருந்து வந்தார். (சிதம்பரம் மயில்வாகனன், சிதம்பரம் பெருமக்கள், பக்.76).

நீதிமன்றங்களில் தமிழில் தீர்ப்புகள் வழங்க வேண்டும்

தமிழர் தலைவர் சுவாமி சகஜாநந்தா அவர்கள் நீதிமன்ற வாதங்கள் பாமரரும் புரிந்துக்கொள்ளும் வகையில், தமிழி லேயே வழக்காட வேண்டுமென்றும், தீர்ப்புகள் தமிழிலேயே

கூறப்பட வேண்டுமென்றும், 1949 ஆம் ஆண்டே சட்ட மேலவையில் வலியுறுத்தினார்.

சட்டசபை நடவடிக்கை தமிழில் இருக்க வேண்டும்

1955ஆம் ஆண்டு வரவு–செலவுத் திட்டத்தை அரசு தமிழில் அச்சடித்து கொடுத்துள்ளதற்கு, அடிகள் தனது மகிழ்ச்சி யையும், நன்றியையும் தெரிவித்துக் கொண்டதோடு, இதனால் மக்களும் மகிழ்ச்சியில் ஆழ்ந்துள்ளார்கள்.

தமிழில் பேசியதைக் கண்டித்த ஆங்கிலேயப் பிரியர்களை அடிகளார் கண்டிக்கத் தயங்கவில்லை. ஆங்கிலம் படித்தவர் களின் செல்வாக்கு சபையில் குறையாது இருப்பதையும் அடிகள் கண்டித்து வந்துள்ளார். (சட்டமன்ற பேச்சு, 3.13.1955).

3.12.1953 அன்று சுவாமி அவர்கள் ஆற்றிய சட்டமன்ற உரையில், சென்னை மாகாணம் என்று இருந்த பெயர், தமிழ்நாடு என்று மாற்றப்படுவதை உளமாற வரவேற்றும், மேலும் சமூக நலத் திட்டம் பற்றி குறிப்பிடுகையில், காடும் மலையுமாக உள்ள தென்னார்க்காடு மாவட்டத்திலுள்ள கள்ளக்குறிச்சியில் ஓடும் மணிமுத்தாறு, கோமுகி ஆகிய இரண்டு நதிகளின் குறுக்கே அணைக்கட்டுகள் கட்ட உள்ள தீர்மானங்களை நடைமுறைப்படுத்த வேண்டும். அரசு இதில் அதிகக்கவனம் செலுத்த வேண்டும் என்று கேட்டுக்கொண்டார்.

சட்டமன்றத்தில் தமிழ்நாடு என்ற பெயரை வரவேற்ற சுவாமி சகஜாநந்தா எம்.எல்.ஏ

3.12.1953 அன்று சுவாமி சகஜாநந்தா எம்.எல்.ஏ அவர்கள் தமிழக சட்டமன்ற உரையில், சென்னை மாகாணம் என்று இருந்த பெயர் தமிழ்நாடு என்று மாற்றப்படுவதை உளமாற வரவேற்று, தமிழ் மண்மீதும், தமிழ் மொழி

மீதும் எல்லையில்லா பற்று கொண்ட அடிகள் இவை பற்றி பேசுகையில், கனம் தலைவர் அவர்களே! சென்னை மாகாணம், தமிழ்நாடு, தமிழ் மாகாணமாகப்போகிறது என்ற விஷயத்தைத் தெரிந்து மிகவும் சந்தோஷப்படுகிறேன்.

நேற்றைய தினம் கவர்னர் அவர்கள், இராஜ்ஜியப் பிரிவினைக்குப் பிறகு அலுவல்கள் எல்லாம் தமிழிலேயே நடக்கும் என்று சொன்னதற்கு நாட்டிலுள்ள ஜனங்கள் குதூகுலம் அடைகிறார்கள். ஐந்தாண்டுத் திட்டத்தில் கிராம மக்களுக்கு வேண்டிய அபிவிருத்திகளைச் செய்து கொண்டு வருகிறார்கள். இந்த விஷயத்தில் நாம் சர்க்காருக்கு நன்றி பாராட்ட கடமைப்பட்டு இருக்கிறோம் என்று பாராட்டினார்.

சுவாமி சகஜாநந்தா தொடங்கிய விவசாயத் தொழிலாளர் சங்கம்

1936 ஆம் ஆண்டில் சுவாமி சகஜாநந்தா தலைமையில் அகில இந்திய விவசாயத் தொழிலாளர் சங்கம் உருவாக்கப் பட்டதைத் தொடர்ந்து, புதுவை பொதுவுடமைத் தலைவர் வ. சுப்பையா அவர்கள் 1937 ஆம் ஆண்டு புதுவை பிரெஞ்சு இந்திய விவசாயிகள் சங்கத்தினை, தேங்காய்த்திட்டு பத்ம நாபன் என்பவரைத் தலைவராகக்கொண்டும், அரியாங்குப்பம் பாளையம் விஸ்வநாத படையாட்சி என்பவரைச் செயலாள ராகக் கொண்டும் துவக்கினார். (எல்லை சிவக்குமார், புதுச்சேரி விடுதலைப்போரில் பொதுவுடமை இயக்கம், வெளியீடு, இந்திய கம்யூனிஸ்ட் கட்சி, புதுச்சேரி மாநிலக் குழு 2005, பக்.22).

தமிழ் நாட்டில் பொதுவுடமையாளர்கள் விவசாயத் தொழி லாளர்கள் சார்பாக நடத்திவந்த விவசாயப் போராட்டம் சுவாமயினைப் பெரிதும் கவர்ந்தது. அப் போராட்டங்களிலும், கூட்டங்களிலும் சுவாமி கலந்து கொண்டு, விவசாயப் பெருங்குடி மக்களின் துயர் துடைத்தார்.

சிதம்பரம் வட்டம் குமராட்சி அருகிலுள்ள கோப்பாடியில் நடந்த விவசாய சங்க மாநாட்டில் அடிகள் கலந்துகொண்டு

உரையாற்றினார். யுகாண்டு வந்திருப்பதாக கவர்னர் அவர்களுடைய பிரசங்கத்தில் குறிப்பிட்டிருப்பது மிகவும் மகிழ்ச்சியானது, முக்கியமானது ஆகும்.

தஞ்சை பண்ணையாள் பாதுகாப்புச் சட்டம் கட்டாயம் நடைமுறைப்படுத்த வேண்டும்

தஞ்சை பண்ணையாள் பாதுகாப்புச்சட்டத்தில் பயிரிடுபவர்களுக்கு 40 கல வாரமும் (நெல்) நிலச் சொந்தக்காரர்கட்கு 60 கல வாரமும் என்று நிர்ணயம் செய்து இருந்தும், நிலச்சுவான்தார்கள் 40 கல வாரத்தை பயிரிடுபவர்களுக்குக் கொடுப்பதற்குப்பதிலாக, 30 அல்லது 25 கல வாரத்தைத்தந்து 40 கலம் கொடுத்ததாக எழுதி வாங்கிக் கொள்ளுகின்றனர். இவற்றை அரசு கவனத்தில் கொள்ள வேண்டும் என்றார். (எம் எல்.ஏ.டி. 1952, தொகுதி 4). மேலும், இதுபற்றி மிராஸ்தாரர்களின் சூழ்ச்சியை சுவாமி அவர்கள் பின்வருமாறும் குறிப்பிட்டுள்ளார்.

அதாவது, மிராஸ்தாரர்கள் சொல்லுவதுபோல், அவர்கள் செய்யாவிட்டால் அவர்களிடம் (உள்ளவர்களிடம்) நிலம் கொடுக்கமாட்டோம் என்று மிராஸ்தாரர்கள் சொல்லி நிர்ப்பந்தம் செய்கிறார்கள். தங்களுக்கு நிலம் பயிரிடுவதற்குக் கிடைக்காமல் போய் விடுமோ என்று பயந்து விவசாயிகள் மிராஸ்தாரர்களுடைய சூழ்ச்சிக்கு உட்பட்டு விடுகிறார்கள். அதிக கல வாரம் எழுதிக் கொடுத்தாலும் குறைந்த அளவு தானியத்தை வாங்கிக் கொள்கிறார்கள்.

ஆகையால், உழவுத் தொழிலில் ஈடுபட்டிருப்பவர்களுக்கு சௌகரியமாக வாரத்தையும், குத்தகையையும் இவ்வளவுதான் பயிரிடுபவர்களுக்குச் சேர வேண்டுமென்று சர்க்கார் உடனடியாக நிச்சயம் (வரையறை) செய்ய வேண்டியது அவசியமாக இருக்கிறது என்று வலியுறுத்தினார். (எம். எல். ஏ. டி. தொகுதி 4, பக், 152).

ஆதிதிராவிடர்களுக்கு வழிபாட்டு உரிமை வேண்டும்

1939ஆம் ஆண்டு சென்னை மாகாண முதல்வராக இருந்த சி. இராஜகோபாலாச்சாரியார் அவர்கள் ஆலயப் பிரவேசச் சட்டத்தைக் கொண்டு வந்தார். இதனைத் தமிழக சட்ட மன்றத்தில் சுவாமி சகஜாநந்தா அவர்கள் ஆதரித்தும் பாராட்டியும் உரையாற்றினார்.

1936 ஆம் ஆண்டில் திருவிதாங்கூர் சமஸ்தானத்தில் தாழ்த்தப்பட்ட மக்களுக்காக கோயில்கள் திறந்து விடப்பட்டன. கோயில் நுழைவுக்கு ஆணைப் பிறப்பித்த அரசரையும், அரசி சேது பார்வதிபாய் அவர்களையும் பாராட்டி, 24.9.1937 அன்று சென்னை சட்டமன்றத்தில் தீர்மானம் கொண்டுவரப்பட்டன. இத்தீர்மானத்தை முன்மொழிந்து எம். சி. இராஜா அவர்கள் பேசினார்.

எம்.சி. இராஜாவைத் தொடர்ந்து சுவாமி சகஜாநந்தா, வி.ஐ. முனுசாமிப்பிள்ளை, இலட்சுமிபாரதி, எஸ். சட்டநாதக் கரையாளர், யாகூப் அசன் ஆகியோர் ஆதரித்துப் பேசினார்கள்.

1939ஆம் ஆண்டு ஆலய நுழைவுச் சட்டம் வெளிவந்தது. சுவாமி சகஜாநந்தா, ஊட்டியைச் சேர்ந்த ஆதிதிராவிடர் தலைவர் வி.ஐ. முனுசாமிப்பிள்ளை அவர்களும் இப்போராட்டத்தில் முழுப் பங்கு வகித்தனர்.

1939ஆம் ஆண்டு ஆலயநுழைவுச் சட்டம் வெளிவந்தது. சுவாமி சகஜாநந்தா, ஊட்டியைச்சேர்ந்த ஆதிதிராவிடர் தலைவர் வி.ஐ.முனுசாமிப்பிள்ளை அவர்களும் இந்த போராட்டத்தில் முழுப் பங்கு வகித்தனர். சிதம்பரத்தில் தீட்ஷிதர் பார்ப்பனர் சிலர் சுவாமிக்கு எதிராக 21.2.1947 அன்று இவரை அழிக்க ஒரு யாகத்தை வளர்த்தனர்.

சிதம்பரம் நடராஜர் ஆலயத்தைச் சிலர் கேவலமாக நினைக்கிறார்கள். பலரும் எதிர்க்கிறார்கள், (சிதம்பரத்தில் நடராஜர் கோவில் மற்றும் தில்லைக்காளி அம்மன்) ஆலயம் திறக்கின்ற மந்திரிகள், சகஜாநந்தர் முதலானோர் சாகவேண்டும் என்று யாகத்தீ வளர்த்தார்கள். அப்பொழுது, ஒரு மந்திரியின்

இராஜினாமா தற்செயலாக ஏற்பட்டதைச் சுட்டிக்காட்டி கோவில்களைத் திறக்க முயற்சித்ததால், இத்தகைய இழிநிலை ஏற்பட்டதாகவும் மக்கள் நம்பினார்கள் என அடிகள் குறிப் பிட்டுள்ளார்.

1947ஆம் ஆண்டு சிதம்பரம் நடராஜர்கோவிலில் ஆதி திராவிடர் பழங்குடி மக்கள் நுழைந்துவிட்டதால், அதற்கு எதிர்ப்புக்காட்டும் வண்ணம், தேர் பழுதுபட்டு விட்டதாகக் கூறி அந்த 1947ஆம் ஆண்டு ஆனி திருமஞ்சன விழாவைப் பார்ப்பனர்கள் நடத்தாது நிறுத்திவிட்டனர். (விடுதலை, 10.7.1947).

ஆலயநுழைவு மசோதாவை ஆதரித்து அடிகள் சட்ட மன்றத்தில் உரையாற்றுகையில்,

(1.4.1947) தமிழக சட்டமன்றத்தில், இந்நாட்டில் நூதன மாகக் குடியேறியவர்கள் நம்மக்களை நீஷர், புலையர், சண்டாளர், தாழ்ந்தவர், பஞ்சமர், அரிஜன் எனப் பல பெயரிட்டு அழைத்தனர். ஆரியர் குழுவில் ஒழுக்கம் கெட் டவர்களுக்கும், நிலையற்றவர்களுக்கும் இவை வழங்கப்பட்ட பெயர்களாகும்.

பின், சாதி நூல் எழுதிய எட்கார் தர்ஸ்டன் என்பவர் நான்கு வருணத்திற்கும் அப்பாற்பட்டவர்கள்தான், பஞ்சமர் என்று சொல்லிப்போந்தார். இவ்வுண்மையை அறியாது சிலர், இவர்களை பஞ்சமா பாதகம் செய்தார்கள் எனக் கருதினர். இது சரியன்று பஞ்சம உபாய நிஷ்டையின் பண்டிதர்கள் பழங்குடி யினர்தான்.

இவர்களுக்கு இழி பெயர்கள் எப்படி வந்தன? வைணவர் களில் பூர்வாச்சாரியர்கள், கர்மம், ஞானம், பக்தி, பிறபக்தி எனநான்கிற்கு மேற்பட்ட ஆச்சாரியநிஷ்டையை, யஞ்சம உபாயநிஷ்டை என்றும் அதற்குப் பழங்குடிமக்கள் அதிகாரிகள் எனும் காரணத்தால் அவளபஞ்சமர் என்றும் அழைத்தனர்.

பஞ்சம உமாய ஆச்சாரிய நிஷ்டையை பழங்குடியில் பிறந்தவரும், ஆளவந்தாரின் அன்புக்குரிய மாணவரான பெரிய நம்பிகளால் ஆட்கொள்ளப்பட்ட மாறனேரி நம்பி களிடத்தில் உபதேசம் பெற்றார். எனவே, பஞ்சம உபாய நிஷ்டைக்கு

அதிகாரிகளாக இருந்தவர்கள் பழங்குடியினர்களான பஞ் சமர், இதன்பொருட்டே இவர்கள் பஞ்சமர் என அழைக்கப் பெற்றனர் என்ற வாதத்தை அடிகள் தமது இலக்கிய ஆற்றலின் மூலம் விளக்கினார்.

மேலும், வசன பூஷனம் 221வது வசனம் கூறுவது போன்று, பரிஷன வேதியர் தொட்ட இரும்பு பொன்னாவதைப் போன்று. சாப்பிட்டால், வசித்தால் அவர்கள் அகங்காரம் குலைந்து ஆண்டவனருளுக்குப் பாத்திரமாகிறார்கள், இம்மக் களிடத்தில் வைச்சியம் (அடக்கம்), ஜென்மசித்தம், சரணாகதி, சாதனமுமிருக்கிறது

அதனால் இவர்கள் தாழ்ந்தவர்களல்ல. பிறப்பினது உயர்வு தாழ்வு சாதாரண மக்கள் அறியத்தக்கதன்று என்று ஸ்ரீ அழகிய மணவாளப் பெருமான் நாயனார் கூறுகிறார். ஆகையால், இக்குலத்தினர் தீண்டத்தகாதவர்களல்லர். இவர்களைத் தீண்டு பவர்கள் புனிதர்கள், மோட்சம் அடைவார்கள் என்று வட மொழி நூல்களிலிருந்து எடுத்துக்காட்டி விழிப்புணர்வை ஏற்படுத்தினார்.

ஆலயச் சீர்த்திருத்த முன் வரைவு மசோதாப் பற்றிய சுவாமி சகாஜானந்தாவின் உரை

1950 – தமிழக சட்டமன்றத்தில், இந்துமத அறநிலையைப் பாதுகாப்பு மசோதாவை அவ்விதம் அணுகாமல், இந்திய அறநிலையப் பாதுகாப்பு மசோதா என்று அழைக்கலாம். இந்தியாவில் மற்றைய இஸ்லாமிய, கிறிஸ்துவ,பௌந்த மதங்களும் இருக்கின்றன. அவற்றையும் இந்தச் சட்டத்தின் கீழ் கட்டுப்படுத்தும் விதமாக இம்மசோதாவை அழைக்கலாம்.

ஆகையால், இம்மசோதாவை அவ்விதம் மாற்றி இதன் கீழ் கிறிஸ்துவ, இஸ்லாமிய, புத்த மதம் முதலான மதஸ்தாபனங்களையும், அறநிலையங்களையும் அதன் கீழ் கட்டுப்படுத்தும்படியாகக் கேட்டுக்கொள்கிறேன் என்று குறிப் பிட்டுள்ளார்.

இந்து அறநிலையச்சட்டம் என்பதை இந்திய அறநிலையச் சட்டமாக மாற்றியமைத்து, இந்தியாவில் சர்வ மதங்களையும் ஒரே நோக்கில் காணும் தேச உணர்வு கொண்ட இவர், இந்திய மக்கள் மீது மதச்சார்பின்றி வளர்த்துக்கொண்டிருந்த மதிப்பையும், மரியாதையையும், பற்றையும் இத்தீர்மானத்தின் மீது வெளிப்படுத்தி, ஒரு உண்மையான சமயவாதியாகவும், தியாகியாகவும், சமநோக்குடைய தேசபக்தராகவும் தம்மை வெளிப் படுத்திக் கொண்டார்.

கோவில்களில் வரும் வருமானங்களைக்கொண்டு பள்ளிகள் அமைக்க வேண்டும்

நமது நாட்டிலுள்ள கோவில்களில் மூலம் வரும் உபரி வருமானங்களைக்கொண்டு மதக்கல்வியைப் பரப்புவதோடு, குறைந்த வருமானம் உள்ள கோவில்கட்கும் உதவலாமென்ற கருத்தை சட்டசபையில் அடிகள் தெரிவித்தார்.

மடங்களில் நல்லிணக்கத்தை, ஒருமைப்பாட்டை மனித நேயத்தை வளர்க்கக் கூடிய பள்ளிகளைத் தொடங்கி, இதற்கு கோவில்களின் அதிகப்படியான வருவாயைச் செலவழிக்க வேண்டுமென்று கேட்டுக் கொண்டுள்ளார். (சீனி. விஸ்வநாதன், சமூகநீதி பேணிய சகஜானந்தர் தினமணி நாளேடு).

மேலும், இம்மசோதாப்பற்றி விவாதிக்கையில், அந்தக் காலத்தில் அரசர்களும், பெரிய மனிதர்களும் எந்த நோக்கத் துடன் இந்த காரியங்களைச் செய்து நிறைவேற்ற வேண்டு மென, இந்து தர்மங்களை ஏற்படுத்தினார்களோ, அதைச்செய்ய வேண்டுமே தவிர, அதற்கு நேர் எதிராக உள்ள காரியங்களைச் செய்து, அதில் நேரத்தையும், பொருளையும் செலவிடக் கூடாதென்று வேண்டுகோள் விடுத்தார்.

சீர்திருத்தவாதியின் கிந்தனார் நாடகத்தைத் தடைசெய்யக் கிளர்ச்சி செய்தது. அப்போது தேவையற்ற குழப்பத்தைப்

பொது மக்களிடையே உண்டாக்கியவர் மீது, தக்கநடவடிக்கை எடுக்கவேண்டுமென்று சுவாமி அவர்கள் தமது பகுத்தறிவுச் சிந்தனையில் அரசுக்கு எடுத்துரைத்து இலக்கணமாகத் திகழ்ந்தார் என்பது கவனிக்கத்தக்கதாகும்.

24.1.1953 அன்று சென்னையில், சென்னை மாகாண (தமிழ்நாடு) மாநில தாழ்த்தப்பட்டோர் **5**வது மகாநாடு நடை பெற்றது. அவற்றிலும் வரவேற்புக்கழகத் தலைவராக சுவாமி அதாவது, சாதிப்பாகுபாடுகள் ஏற்பட்ட வரலாறுபுராணங்களில் பிரம்மாவின் முகத்தில் பிராமணர் பிறந்தார்களென்றும், அரசர்கள் தோளில் பிறந்தவர்களென்றும், தொடையில் வைசியர்கள் பிறந் தார்கள் என்றும், சூத்திராதரர்கள் காலில் பிறந்தார்களென்றும் கூறுகின்றன. அப்படிப் பிறப்பது இல்லை என்று கண்டித்துள்ளார்கள்.

தத்துவராயர்

தந்தையாம் பிரமன் தன்பால் சனித்தவத் தானந்தோறும்
அந்தணராதி சாதி அன்றுபோல் பிறக்காணோம்
உந்தியின் உதரவூத்தை ஒழுக்கரு வாசலாலே
வந்தெல்லாம் பிறந்துசெல்லும் வாசியென் சாதியையா

என்று மேற்கண்ட பாடல் குறிப்பிடுவதால், இப்பொழுது அப்படிப்பட்ட இடங்களில் பிறக்காமல், எல்லோரும் ஒரு வழியில் பிறப்பதால், மேலே கூறியவை பொருந்தா தனவாகும் என்றார். தாழ்த்தப்பட்டவர்களுக்கு ஜனத்தொகைக் கேற்றவாறு இடங்கள் ஒதுக்கவேண்டும். சட்டமன்றம், மாவட்டக்கழகம், நகரக்கழகம், பஞ்சாயத்துக்கழகம் வரை தாழ்த்தப்பட்டவர்களுக்கு பிரதிநிதித் துவம் அளிக்கவேண்டும்.

ஒவ்வொரு இலாக்காவிலும் ஜனத் தொகைக்கு ஏற்ப குறிப்பிட்ட இடத்திற்கு விளம்பரப்படுத்தி தாழ்த்தப்பட்ட இளைஞர்களின் வேலையின்மையினைப் போக்க வேண்டும். மேலும், இவர்களுக்கு நிலங்கள் கட்டாயம் வழங்க வேண்டும். ஆங்கிலேயர்கள் ஆட்சியில் தரிசுநிலங்களை கொடுத்ததனை காங்கிரஸ் அரசாங்கம் பிடுங்கிக்கொண்டதைத் திருப்பித்தரவேண்டும்.

இவர்களுக்கென்று தனி நில இலாக்கா தொடங்கி நிதி ஒதுக்கித்தர வேண்டும். 10 ஆண்டுகளுக்கு மேலாக சலுகை நீடிக்க வேண்டும்.

மொத்த வருமானத்தில் அரசாங்கம் ஜனத்தொகைக் கேற்ப 10 கோடி ரூபாயாவது ஒதுக்கி வேலைசெய்ய இம்மகா நாடு வழிகோல வேண்டும். அதேபோன்று, ஐந்தாண்டு திட்டங்கள் மூலம் தாழ்த்தப்பட்டவர்களுக்கு அனைவருக்கும் மனைக்கட்டுகள் 10 செண்டுக்குக் குறையாமல் வழங்க வேண்டும்.

தஞ்சைப் பண்ணையாள் பாதுகாப்புச் சட்டத்தினை கிராமங்களில் கட்டாயம் அரசு நடைமுறைப்படுத்தி நிலங்கள் பெற்றுத்தரப்பட வேண்டும்.

இப்படி செய்தால் தீண்டாமையினை போக்க முடியும். அகில இந்திய தாழ்த்தப்பட்டோர் தலைவர் பி.பரமேஸ்வரன் அவர்களையும், நமது சட்டமன்றப் பிரதிநிதிகள்அனைவரையும் வணக்கமுடன் வரவேற்கின்றேன். ஆதாரம் (சிதம்பரம் அ.சிவ. சகஜானந்தம், திரு. எம்.எல்.ஏ. வரவேற்புக்கழகத் தலைவர்), இராஜாஜியின் ஒத்துழைப்பில் திரு.எம்.சி.இராஜா எம்.எல்.ஏ.அவர்கள் மீண்டும் ஆலயநுழைவு மசோதாவைக் கொண்டுவந்தார்.

அந்தச்சட்டம் மேலவையில் தோல்வியைத் தழுவியது. ஆனால், 1947 ஏப்ரல் 1 அன்று மீண்டும் தொழிலாளர் நலத்துறை அமைச்சர் மாண்புமிகு டி.எஸ்.எஸ். இராஜன் அவர்கள் மலபார் ஆலய நுழைவு மசோதா,பொது ஆலய மசோதா ஆகிய இவ்விரண்டையும் கொண்டுவந்தார். நடேச அய்யர் தலைமையில் வைதீகர்கள் கோயில் நுழைவை எதிர்த்து வழக்கு தொடுத்தனர். இதிலிருந்து வைத்தியநாத அய்யரைக் காப்பாற்றவே, இராஜாஜி அவர்கள் ஆலயநுழைவு அவசரச் சட்டம் ஒன்றை இயற்றினார். பின்பு, அது சட்டமாக்கப்பட்டது. இதனால் அவர்கள் கைது செய்யப்படாமல், காப்பாற்றப் பட்டனர். (வாலாசா வல்லவன், தலித் முரசு, ஆகஸ்ட் 2007). மேற்கண்ட இவ்விரு மசோதாக்களும் 1947 ஜனவரி, 2 அன்று நிறைவேற்றப்பட்டன. இதன் விளைவாக, தமிழகத்தில் 140 பெரிய கோயில்களும்,

8 சிறிய கோயில்களும் ஆதிதிராவிடர்களுக்கும் பழங்குடியினருக்கும் திறந்துவிடப்பட்டன.

குறிப்பாக, திருப்பதி, திருவில்லிப்புத்தூர், திருவரங்கம், திருவாரூர், காஞ்சிபுரம், சிதம்பரம் நடராஜர் கோயிலும் மற்றும் தில்லைக்காளி கோயிலும் திறந்துவிடப்பட்டன. இவ்வாலய நுழைவுச் சட்டத்தின்படி, சுவாமி சகஜாநந்தா அடிகளார் அவர்கள் தன் இன மக்களோடும், காங்கிரஸ் தொண்டர்களோடும் சிதம்பரம் நடராஜர் கோயிலிலும், தில்லைக் காளிகோயிலிலும் நுழைந்து, தங்களது நீண்டநாள் அவமானத்தைப் போக்கினார்.

இப்போராட்டத்தில் வெங்கடேசம் பிள்ளை, தண்டபாணிப்பிள்ளை, நைநியப்பிள்ளை, இராஜாங்கம் நாடார். சுப்பிரமணியப் படையாட்சி போன்ற பெருமக்களும் உறுதுணையாக இருந்தார்கள்.

சுவாமி சகஜாநந்தா போன்ற ஆதிதிராவிடர் தலைவர்கள் வற்புறுத்தியதன் விளைவாக, 1939ஆம் ஆண்டு ஆலய நுழைவுச் சட்டம் தமிழக சட்டமன்றத்தில் கொண்டுவந்தனர்.

இப்போராட்டத்திற்கு இராவ்பகதூர் வி.அய்.முனுசாமிப் பிள்ளை, திவான்பகதூர் எம்.சி.இராஜா, திவான்பகதூர், இராவ்பகதூர் இரட்டைமலை சீனிவாசன், திவான்பகதூர் தந்தை என்.சிவராஜ், ஆர்.வீரய்யன் பள்ளிகொண்டா கிருஷ்ணசாமி போன்ற பெரு மக்களின் துணிச்சலான போராட்டத்தின் விளைவாகத்தான், நாம் இன்று கோயில்களின் உள்ளே சென்று வரமுடிகிறது என்றால் அது மிகையாகாது.

1947 செப்டம்பர் மாதத்தில் கோயில் நுழைவு மசோதாவை, பம்பாய் மாகாணச்சட்டசபை நிறைவேற்றி இச்சட்டத்தின் விளைவாக, பந்தர்பூரிலுள்ள புகழ்பெற்ற வித்தோபாகோயில், அவந்தி யிலிருக்கும் தியானேஸ்வரர் கோயில், நாசிக்கிலுள்ள காலாராம்கோயில் ஆகியவைகள் தீண்டப்படாதவகுப்பு மக்களுக்குத் திறந்து விடப்பட்டன. இதுமாபெரும் சாதனையாகும்.

கோயில் நுழைவு உரிமைக்காகத் தீண்டப்படாதவகுப்பு மக்கள் சுமார், 15 ஆண்டுகள் போராடியதன் விளைவாக,

இவை ஏற்பட்டன. கோயில் நுழைவுச்சட்டம் இந்துச் சமூகத்தின் அருவருப்பான கறையைக் கழுவியது. சமூகத்தில் புதிய ஒளியைப்பாய்ச்சியது.

புதியவாழ்வு தொடங்கிவிட்டது என்பதன் அறிவிப்பாக அது அமைந்தது.(தனஞ்செய்கீர்,பக்.594). காந்தி அவர்கள் குருவாயூர் கோயில் நுழைவுப்போராட்டத்திற்கு ஆதரவு தெரிவிக்கும் வகையில் தான், மேற்கொள்ள இருப்பதாக அறிவித்த உண்ணாநோன்பு போராட்டம் கடைசிவரை நடைபெறவில்லை. (மேலது நூல், பக்.382).

21.2.1947 அன்று சுவாமி சகஜாநந்தா மற்றும் சிதம்பரம் கோயில் திறக்கின்ற மந்திரிகள் முதலானோர் சாகவேண்டும் என்று தீட்சிதர்கள் ஒரு யாகம் செய்தனர்.

மேலும், 1947ஆம் ஆண்டு சுதந்திர இந்தியாவில் சிதம்பரம் நடராஜர் கோயிலில் பழங்குடி மக்கள் நுழைந் ததற்கு எதிர்ப்புக்காட்டும் வகையில், தேர் பழுதுபட்டு விட்டதாகக்கூறி, இந்த ஆண்டு (1947) ஆனித் திருமஞ்சனத் திருவிழாவை நடத்தாது நிறுத்திவிட்டனர். (விடுதலை, 10.7.1947).

அறிஞர்கள் பார்வையில் அடிகளார்

காந்தியும் சுவாமி சகஜாநந்தாவும்

திருநாளைப்போவார் கோவிலை காந்தியார் 11.9.1927 அன்று திறந்து வைத்தார் ஆவார். 1934–ஆம் ஆண்டு ஜனவரி மாதத்தில் தமிழகமெங்கும் காந்தியடிகள் சுற்றுப்பயணம் செய்துவந்தார். காந்தி அவர்கள் 1936, பிப்ரவரி 16 அன்றும் நந்தனார் பள்ளிக்கு வருகைப்புரிந்தார். அவர், சீர்காழி சிதம்பரம் பயணத்தை முடித்து விட்டு, சிதம்பரத்திற்கு 3.45 மணிக்கு வந்துசேர்ந்தார்.

அப்பொழுது, சுவாமி சகஜாநந்தாவும் அவரின் நண்பர்களும் காந்தியடிகளை சிதம்பரம் ரெயில்வே நிலையத்தில் வர வேற்றார்கள். காந்தியடிகள் தம் வண்டியின் மூலம் ஏற்கனவே கூறியவைப் போலவே, சுவாமி சகஜாநந்தாவின் ஓமக்குளம் நந்தனார் மடத்திற்கு தங்குவதற்காக தயாரானார்.

அவ்வமயம் தீண்டாதவரின் மடத்தில் தங்கக்கூடாது என, காந்தியின் காரின் முன்பு குஞ்சிதபாதம்பிள்ளை என்பவர் தரையில் படுத்துக்கொண்டு தமது எதிர்ப்பினைக் காட்டினார். இதனைப் பொருட்படுத்தாமல், காந்தி தமது காரிலிருந்து இறங்கவே, மற்றவர்கள் குஞ்சிதபாதப்பிள்ளையினை அப் புறப்படுத்தி, பின்பு காந்தி அவர்கள் சுவாமி சகஜாநந்தாவின் ஓமக்குளம் நந்தனார் மடத்திற்குச் செல்லத்தயாரானார். குஞ் சிதபாதப்பிள்ளை மிகவும் கோபத்துடன் உள்ளூர்வாசியாகிய சுவாமி சகஜாநந்தாவின் மீது பாய்ந்தார்.

அட! சகஜாநந்தம், நீயும் வண்டியில் உட்கார்ந்துக் கொண்டு இந்தக்காரியம் நடந்ததா? உன்னை ஒருகை பார்த்து விடுகிறேன், போ! என கர்ஜித்து சகஜாநந்தத்தைக் கோபவிழி களுடன் வெறித்துப் பார்த்துக்கொண்டிருக்கும் பொழுதே, கார் நகர்ந்துவிட்டது.

காந்தியடிகள், இராமலிங்கம் பிள்ளை அரிஜன இலவசப் பாடசாலையினைப் பார்வையிட்டப் பின்னர், வேறொரு தெருவில் தாலுக்கா காங்கிரஸ் போர்டார் வரவேற்பில் இருநூறு ரூபாய் கொண்ட பணமுடிப்பு அளித்தனர். சுவாமி சகஜாநந்தத்தின் நந்தனார் கல்விக்கழகத்திற்கு அதை அவர் அளிக்க வேண்டுமெனக் கேட்டுக்கொண்டார்.

அது முடிந்ததும், நந்தனார் கல்விக் கழகத்திற்கு காந்தியடிகள் சென்று தங்கினார் என்பது வரலாறாகும். மேலும், சுவாமி அவர்களைப்பற்றி காந்தியார் குறிப்பிடுகையில்,

தென்னாட்டில் தீண்டப்படாதவர்களில் ஒருவராகப்பிறந்து, இளம் வயதிலேயே தமிழ், சமஸ்கிருதம் முதலிய பாஷைகளைப் பயின்று, வைதீகஞானத்தைப்பெற்று, தம் சாதியாரின் கேவலமான நிலையைக் கண்ணுற்றுப் பரிதாபப்பட்டு தம் ஆயுள் நாட்களைத் தம் சாதியாரின் ஊழியத்துக்கே அர்ப்பணம் செய்திருக்கிறவர் சுவாமி சகஜாநந்தம். அவருடைய பக்தியின் உருவமாக பல விதமான கடினத்திற்கு உள்ளாகி இருக்கும் ஆதிதிராவிடர்களைப் பல வருடங்களுக்கு முன்னால் முன்னேற்றுவதற்காக முயற்சியெடுத்தப் பெருமை சகஜாநந்தத்திற்கே உரியதாகும்.

நந்தனாருக்கு வழிகாட்டிய தெய்வம் தமக்கும் வழிகாட்டுமென்று பூரண நம்பிக்கைக் கொண்டு தீண்டப்படாதவர்களுக்குத் தொண்டுசெய்ய முன்வந்து, நந்தனார் முக்திப் பெற்ற ஓமக்குளத்தருகே அரிஜனங்களுக்கென ஓர் ஆசிரமம் நிறுவினார்.

மகாத்மாகாந்தியின் மேல் இந்நாளில் வெடிகுண்டு எரியப் பட்டதென்றால், இருபது வருஷங்களுக்கு முன்னால் சகஜாநந்தத்தின் முயற்சிக்கு எவ்வளவு இடையூறுகள் ஏற்பட்டிருக்குமென வாசகர்கள் ஊகித்துக் கொள்ளலாம். அந்நாளில் சகஜாநந்தத்தின் துன்பத்திற்கு அளவே இல்லை.

தற்சமயம் நந்தனார் மடம், கோயில், மாணவர், மாணவி இவர்களுக்கெனப் பள்ளிக்கூடம், சாப்பாட்டு வசதிகள் இவை எல்லாம் முறையே ஏற்படுத்தப்பட்டு, சுமார் 300 சிறுவர் சிறுமிகள் படிக்கக்கூடிய வாசிப்புத்தலம்

அமைந்திருக்கிறதென்றால், சகஜாநந்தத்தின் முயற்சியின் பெருமை ஆகும். இத்தன்மையைத் தென் தமிழ்நாட்டார் அறிந்து கொள்ளலாம்

சகஜாநந்தம் ஆங்கிலம் அறியாத தமிழர். உடம்பில் வெகு காலம் வரையில் சட்டைக்கூட அணியாமல், ஒற்றைத்துண்டு அணிந்துக் கொண்டிருந்தவர். மகாத்மா காந்தியிடத்தில் உள்ளன்பு நிறைந்தவர் ஆவார்.

மேலும், தென்னாட்டிற்கு காந்தியடிகள் விசயம் செய்யப் போகிறார், எனக் கேட்டவுடன் சிதம்பரத்திற்கு அவசியம் வரவேண்டுமெனவும், அப்படிவரும் நேரத்தில் நந்தனார் மடத்திலேயே தங்கவேண்டுமெனவும் கசஜாநந்தம் அடி களுக்கு எழுதியக் கடிதத்தை, காந்தியடிகள் எனக்கு அனுப் பியபொழுது, அதில் தம் கையினால் ஒரு வரி எழுதியது குறிப்பிடத்தக்கது ஆகும்.

காந்தி அவர்கள் நான் சிதம்பரம் போகும்படி சுற்றுப் பிரயாணத்தில் ஏற்பாடு செய்தால், நான் தங்குவதற்கு நந்தனார் மடத்தைத் தவிர வேறு இடம் இல்லை என்று எழுதி, அதை எனக்கு அனுப்பியிருந்தார். நந்தனார் மடத்துக்காகவே சுற்றுப் பிரயாணத்தில் சிதம்பரம் சேர்க்கப்பட்டது. சுற்றுப்பிரயாணத் திட்டத்தில் பற்பல மாறுதல்கள் ஏற்பட்டன.

சகஜாநந்தம் உத்தமப் பிரம்மசாரி, நந்தனார் மடந்தான் அவருடைய செல்வக்குழந்தை, உலகம் அழிந்திடினும் நந்தனார் மடமும், பள்ளிக்கூடமும் உயிர் வாழ்ந்தால் போதும் என நினைக்கும், அன்பு பொருள் முழுவதும் தம் சிருஷ்டிக்கே உரித்தானது என்று எண்ணுவார்.

சகஜாநந்தாவிற்கு தமது பள்ளிக்கூடம் கட்டியாக வில்லை எனக்கவலை, மடம் கட்டிமுடியவில்லை என்று இரவு நித்திரை இல்லை. விக்கிரகங்களைக் கோயில் கொண்டு எழுந்தருளிச் செய்து விட்டன, அவைகளுக்குப் பூசை நியமங்கள் சாஸ்வதமாக ஏற்பாடாகவில்லையே என்ற ஏக்கம்.

இத்துயரங்களுக்கு இடையே தாலுக்கா போர்டு, ஜில்லா போர்டு, சென்னை மாகாண சட்டசபை ஆகியவற்றிக்கு அங்கே செல்வதெல்லாம் தமது குழந்தையைக் காப்பாற்றுவதற்கே,

என நம்பிப் பணியாற்றி வரும் மனப்பான்மை இவருடைய முயற்சி பரிபூரணமாகுமாறு, இறைவன் அருள்புரிய வேண்டுமென்பது என் பிரார்த்தனை யாகும்.

தமிழ்நாட்டினர் தங்கள் செல்வமாகக்கருதி, இந்த நந்தனார் நிறுவனத்தைக் காப்பாற்ற வேண்டுமென்பது என் வேண்டு கோள் என்றார். காந்தியடிகள். மேலும், சாயங்கால போசனத்தை நந்தனார் மடத்தில் முடித்துக் கொண்டு அண்ணாமலைச் சர்வகலாசாலை (அண்ணாமலைப் பல்கலைக் கழகம்) மாணவர்கள் கூட்டத்திற்குப் போவதற்காகப் புறப்பட்டோம்.

(ஆதாரம்காந்தியின் நண்பர் (டாக்டர்.தி.சே.சௌ.இராஜன் அவர்கள் எழுதிய நூலான, தமிழ்நாட்டில் காந்தி, கலைமகள் காரியாலயம், மயிலாப்பூர், சென்னை4,1944, பக்க, 101–106).

காந்தியடிகள்

I was delighted to Come back to this place after many year.

16-2-34 M.K. Gandhi

எரவாடா சிறையில் காந்தியைச் சந்தித்த சுவாமி சகஜாநந்தா

1932ஆம் ஆண்டில் காந்தி தனிவாக்காளர் தொகுதியினைத் தாழ்த்தப்பட்டப் பழங்குடிகளுக்கு வழங்கக்கூடாது. இவர்களும் இந்துமக்களின் ஒரு பிரிவினர். தனிவாக்காளர் தொகுதிமுறை வழங்கினால், இவர்கள் எங்களின் இந்துமதத்திலிருந்து பிரிந்துவிட்டால், எண்ணிக்கையில் நாங்கள் குறைந்து விடுவோம் எனக்கூறிய காந்தியடிகள், சாகும்வரை உண்ணாவிரதம் மேற்கொண்டதாலும், பூனா ஒப்பந்தத்தை மீறியதாலும், பிரிட்டீஷார் எரவாடா சிறையில் வைத்தனர்.

அப்பொழுது தாழ்த்தப்பட்ட வர்களுக்கு தனிவாக்காளர் தொகுதி வழங்கக்கூடாது என்று காந்தி அவர்கள் சாகும்வரை உண்ணாவிரதம் மேற்கொண்டு இருந்தார்.

அப்பொழுது, தாழ்த்தப்பட்டமக்களின் பெரும் தலை வர்கள் ஓர் உடன்படிக்கையினைத் தயாரித்துக்கொண்டு இராவ்சாகிப் வி.தர்மலிங்கப்பிள்ளை, சுவாமி சகஜாநந்தா, பி.வி.இராஜகோபால் பிள்ளை, வி.கே.புஷ்பராஜ், கோவை எச்.எம்.ஜெகநாதன் ஆகியோரும் மற்றும் சிலரும் காந்தியடி களை எரவாடா சிறையில் சந்தித்து உரையாடினார்கள். *(வே.பிரபாகரன், இரட்டைமலை சீனிவாசன் வரலாறு, 2003, பக்.93).*

காந்தியும் சுவாமி சகஜாநந்தாவும்

தாழ்த்தப்பட்டோர் மகாநாடு எம்.சி.இராஜா தலைமைப் பேருரை அம்பேத்காரே எங்கள் பிரதிநிதி தனித்தொகுதியே வேண்டும்? சுவாமி சகஜாநந்தா பிரசங்கம், அக்டோபர் 20, 1931.

சென்னை எழும்பூரில் அகில இந்திய தாழ்த்தப்பட்ட வர்களின் தலைவர் இராவ்பகதூர் எம்.சி.இராஜா எம்.எல்.ஏ அவர்களின் தலைமையில் 20 ஆயிரம் ஜனங்கள் கொண்டதோர் மகாநாடு கூடியது.எம்.சி.இராஜாதலைமையில் நடைபெற்ற இக்கூட்டத்தில் ராவ்சாகிப் எல்.சி.குருசாமி, பண்டிதர் பா.ம.பழனிசாமி பிள்ளை, ஜெ.சிவசண்முகம்பிள்ளை, சுவாமி சகஜாநந்தா ஆகியோர் கலந்து கொண்டு உரையாற்றினர்.

சுவாமி சகஜாநந்தா அவர்கள் உரையாற்றுகையில், நான் உங்களுக்கு ஒன்று கூறுகின்றேன். தனித்தொகுதியைப் பற்றி கடல் மடை திறந்தால் போல் பேசிவிட்டார்கள். தனித்தொகுதி கொடுக்க விடமாட்டேன் என்று காந்தியார் கூறிவிட்டார். இதை கவனிக்கும் போது இவர் நம் குடும்ப துரோகி அல்லவா (வெட்கம் வெட்கம்).

நமது குறைகளை கவனிக்க நமது பிரநிதிகள் (அம்பேத்கர்,

இரட்டைமலை சீனிவாசன்) சென்றிருக்கும்போது, நான்தான் (காந்தி) எல்லோருக்கும் பிரதிநிதி என்று கூறிக்கொண்டும், நம் பிரதிநிதி அம்பேத்கர் கொண்டுவந்ததை தடுத்தும், அவர் சரியான பிரதிநிதி அல்ல என்றும் கூற இவருக்கு யார் அதிகாரம் கொடுத்தது. அதை கவனிக்கும்போது இவர் மகாத்மா என்று சொல்லவும் நாவெழவில்லை. (வெட்கம்) அதனால் நாம் நம் பிரதிநிதிகள் கூறுவதையே போற்றவேண்டும்.

(கரகோஷம்) நம்மைப்பற்றி இந்தியா பத்திரிக்கையே சில விஷமிகளின் பத்திரிகைகளோ கண்டபடி கேவலமாக எழுதிவிடுகின்றது. அவைகளை நாம் கண்ணாலேயும் பார்க் காமல் தகனம் செய்யவேண்டும். திரு.கண்ணப்பர் அவர்கள் இந்தியா பத்திரிக்கையில் நம்மை பற்றி கேவலமாக எழுதி யுள்ளார். அதைபற்றி கவலை கொள்ளாமல் உங்கள் வேலையை பாருங்கள்.

ஊக்கம் தளராதீர்கள், தலைவர்களுடன் ஒத்துழையுங்கள், நம் காரியம் கைகூடும். இதனை ஆமோதித்து திரு.பாலசுந்தரம், தம்பியப்பன், எல்.சி.குருசாமி, எம்.சி.டி.வரதராஜா, மற்றும் சிலர் பேசினார்கள். இத்தலைவர்கள் பின்வரும் தீர்மானம் இயற்றினார்கள்.

1. வரப்போகும் அரசியல் திட்டத்தில் தாழ்த்தப்பட்ட வர்களுக்குக் கிடைக்கும் உரிமைகளெல்லாம் தனிமை யாகவும், தனித் தொகுதியே வேண்டும் என்று தீர்மானிப்பது,

2. தனித்தொகுதி வேண்டும்மென்று டாக்டர் அம்பேத்கர் கொண்டுவந்த தீர்மானத்தை ஆதரித்த சாப்ரூ, சர்.பாத்திரோ, திவான் பகதூர் ராமசாமி முதலியார், சர்.சாப்பி, பன்னீர் செல்வம், கர்னல் கிட்ணி, மூஞ்சே இவர்களுக்கு வந்தனம் கூறுவதோடு அம்பேத்கரை முன்னைவிட ஊக்கத்துடன் வேலை செய்ய கேட்டுக் கொள்கிறது.

3. மகாத்மா காந்தி அவர்கள் தாழ்த்தப்பட்டவர்களின் நன்மையை கெடுப்பதால் அவரைத் தாழ்த்தப்பட்டவர்களின் விரோதியாகக் கருதுகிறது. *(திராவிடன் – அக்டோபர் 31, 1931: எம்.சி.இராஜா சிந்தனைகள், ப.208).*

காந்தி சிதம்பரம் வருகை

சுவாமி சகஜாநந்தர் இந்திய தேசிய காங்கிரஸ் கட்சியில் சென்றதற்கும், காந்தியடிகள் 11.9.1927–இல் நந்தனார் மடத்திற்குச் சென்றதும் ஒரு காரணமாகும் என்று கூறுவார்கள். காந்தியாரை ஒரு மாமனிதராக நந்தனார் மடத்தினர் வரவேற்றார்கள் என்பது உண்மைதான், அவர்களது சொற்சுவை மிகுந்த வரவேற்பு. தொடக்க உரையிலிருந்த கனிவு மிக்க எதிர்பார்ப்பின் வார்த்தைகளே காந்தியார் மீது அவர்களுக்கு இருந்த நம்பிக்கையை உணர்த்திற்று. இன்றைய தலைமுறையினரும் அதைத் தெரிந்து கொள்வது சமுதாய அரசியல் ரீதியாக நல்லதாகும்.

அருளே திருவுருவாகக் கொண்டொளிரும் மகாத்மா அவர்களே, தங்கள் வரவு நல்வரவாகுக. பாரத அன்னையின் பழம் புதல்வர்களாகிய யாங்கள் பன்னெடுங்காலமாக வைதீக மென்னும் பெயராற்றோன்றிய கொடுமையால் மக்களுரிமை யிழந்து வருந்தி வருங்கால் எங்களை எடுத்ததற்கு இறைவனருள் வடிவமாகத் தோன்றி அண்ணல் தாங்களும், அன்னையார் கஸ்தூரிபாய் அவர்களும் திருக்குமரன் தேவதாஸ் காந்தியவர்களும் இவனெழுந்தருளி காட்சியளித்தமையால், யாங்கள் புனிதத் உத்தமரே! எங்களுக்குற்றகுறைகள் சிலவற்றைத் தங்கள் திருமுன் கூறுவதற்குச் சமையங்கிடைத்தமையே பெரும் பாக்கிய மெனக்கருதி, யாங்கள் மகிழ்கின்றோம்.

எங்கள் விண்ணப்பத்திற்கு சிறிது திருச்செவிசாய்த்தருள வேண்டுகின்றோம். எங்கள் குலத்தைப் புனிதஞ்செய்யத் தோன்றிய திருநாளைப்போவாரென்னும் நந்தனார் ஆலய வழிபாடு செய்யக் கருதிச் சத்தியாமுக்தராய் ஸ்ரீநடராஜப் பெருமான் திருவருளெய்தப் பெற்ற புனித தீர்த்தமாகிய இவ்வோமக்குளக்கரையில் ஸ்ரீநந்தனார் பேரால் எங்களுக்காக சா.லெ.செ.செட்டியப்ப செட்டியாரவர்களால் கட்டப் பெறும் இச்சிவாலயத்திற்குத் தங்கள் திருக்கரத்தால் வாயினிலைக்கால் நாட்டும் விழா நடத்த ஒருபட்ட தங்கள் தண்ணறுந் தகைமைக்கு யாங்கள் பெரிதும் கடமைப்படுகின்றோம்.

என்று காந்தியடிகளுக்கு வாசித்து அளித்த பாராட்டுப் பத்திரத்தில் 10 கேள்வியையும் கேட்டிருந்தார்கள். ஆயினும் அவர்கள் ஆர்வமாக எதிர்பார்த்த 5 கேள்விகளுக்கு காந்தியார் விடையளிக்காமலே சென்றுவிட்டார். இதனால், ஆதிதிரா விடர்கள் மிகவும் வெறுப்பும், வேதனையும் அடைந்தார்கள். கேள்விகள் சுவாமி அவர்களாலேயே எழுதப்பட்டதாகும் அவை...

6. கலாசாலைகள், ஆலயங்கள் முதலான பொதுவிடங் களில் பிற நாட்டாருக்கும், பிற சமயத்தினரும், ஆதிதிராவிடரி லிருந்து பிற சமயம் புக்கவர்களும் உரிமை கொடுக்க வேண்டும்.

7. மக்கள் வாழ்க்கை இன்றியமையாத கல்வி, கடவுள் வழிபாடு முதலியவற்றில் 7 கோடி மக்கள் சுதந்திரம் பெறாமல் இந்தியா சுயவுரிமை பெறுமாயின், பிரிட்டிஷ் ஆட்சியின் கீழ் தற்போதுள்ள உரிமையையும் இழக்க நேரிடுமோவென அஞ்சு கின்றோம்.

8. ஆதிதிராவிடர்கள் இந்துக்களா, அல்லரா? என்பதைத் தெரிந்து கொள்ளாமல், இந்தியா சுயராஜ்யம் பெற்ற பிறகு அவர்கள் குறைகளை எவ்வாறுணரும்?

9. சுயராஜ்ய நிதிக்கும், கதர் நிதிக்கும் சுற்றுப்பயணம் செய்வதுபோல், தீண்டாமையை ஒழிக்க மறுபடியும் சுற்றுப் பயணம் செய்ய வேண்டும்.

10. கதர் நிதியில் ஆங்காங்கு ஆதிதிராவிடர் கதர்ச் சாலையை ஏற்படுத்த வேண்டும். தாங்கள் வசூலிக்கும் கதர் நிதியில் ஒரு பாகத்தைச் (வ.உ) சிதம்பரனார் கல்லூரி சம்பந்தமாக வைக்கப்படும் கதர்த் தொழிற்சாலைக்கும் அளித்து எங்களை வளப்படுத்த வேண்டும். (மக்களுக்கு உழைத்த பெருமக்கள், அன்பு பொன்னோவியம், பக். 107,108).

இராஜாஜியும் சுவாமி சகஜாநந்தாவும்

சுவாமி சகஜாநந்தாவின் நல்லெண்ணத்தைக்கண்ட திரு. இராஜாஜி அவர்கள், சுவாமி சகஜாநந்தாவை 1917ஆம் ஆண்டு சேலத்தில் வரவேற்று, சேலம் கல்லூரி முதல்வர் யக்ஞ நாராயண அய்யரை, சுவாமி சகஜாநந்தா அவர்களுக்கு விருந்து கொடுக்கச் செய்தார். இராஜாஜியும் சுவாமியும் விருந்தில் ஒன்றாகவே இருவரும் கலந்துகொள்ளவே, மேல்சாதியினர் பரவலாக இதனை எதிர்த்தார்கள். மேலும், சாதிப்பிராஷ்பம் செய்தார்கள். இராஜாஜியை சாதிவிலக்கம் செய்தார்கள். (எஸ். எஸ். மாரிசாமி, பீஷ்மர் இராஜாஜி, 1996, பக். 26). எனவே, சுவாமி அவர்கள் சாதிபேதமற்ற தலைவராக விளங்கியதால் பல்வேறு மாற்றுக்கொள்கை கொண்டவர்களும் சுவாமியை ஏற்றுக்கொண்டனர் என்பது மறக்க முடியாததாகும். அதேபோன்று, திரு. இராஜாஜி அவர்கள் நந்தனார் கல்விக் கழகத்திற்காக, ஸ்ரீமுஷ்ணத்தில் தானமாக 52 ஏக்கர் நிலமும் பெற்றுத்தந்தார் என்பது பெருமைக்குரியதாகும்.

நேருவும் சுவாமி சகஜாநந்தாவும்

1 paid a brief visit this morning to this school. Unfortunately owing to pressure of time. I could not go round the institution, but I saw some of the boys and girls and I liked their bright and eager faces. It is clear from Rajendra Babu's note above, as well as other notes, that the school is in some way unique and is fulfilling an important function in the education and uplift of Harijans. As such it deserves every support, I wish it success.

- Jawaharlal Nehru.

October 17th 1936.

இராவ்பகதூர் எம்.சி.இராஜாவும் சுவாமி சகனாநந்தாவும்

சிதம்பரத்தில் இன்று வானளாவி ஓங்கிநிற்கும் நந்தனார் கல்விக்கழகத்தை உருவாக்கியவர்நம்முடைய வணக்கத்திற் குரிய சுவாமி சகஜாநந்தா அவர்கள்தாம் என்பது நாடறிந்த உண்மை.

கல்வி ஒன்றினால் மட்டுமே சமுதாயம் கடைத்தேறும் என்ப தனைக்கண்ட சுவாமி சகஜாநந்தா அவர்கள், அத்தகையக் கல்வி என்னுங் கருத்தை வளர்க்க ஒரு கட்டடம் கட்டவேண்டி அரசுக்கு விண்ணப்பித்தார். அவர் குறிப்பிட்டது தரிசு நிலம் வேண்டி. அவ்விண்ணப்பம், பரிசீலனைக்காக வருவாய்த்துறை ஆய்வருக்கு (Revenue Inspector) அனுப்பப்பட்டன. அவ்வாய் வாளரோ சாதி வெறிபிடித்தச் சழக்கன். எனவே, அதனால் பட்டா மறுக்கப்பட்டது. சுவாமி சகஜாநந்தா அவர்கள் மாவட்ட ஆட்சித்தலைவருக்கு விண்ணப்பித்தார்.

நேரிலும் சென்று, இவ்விண்ணப்பத்தைத் தள்ளுபடி செய்வதற்கு முன் ஆட்சித்தலைவர்கள் ஒருமுறைவந்து நிலத்தைப் பார்வையிடும்படி வேண்டினார். மாவட்ட ஆட்சித் தலைவர் ஓர் ஆங்கிலேயர், இரக்க நெஞ்சுப்படைத்தவர். சுவாமியின் வேண்டுகோளைக்கேட்டு, நேராகவே அந்த இடத்திற்குச் சென்றார். பார்வையிட்டார்.

விண்ணப்பத்தைப் பரிசீலனை செய்தார். முடிவு, அந்நிலம் *(51 ஏக்கர், 98 சென்ட் நிலம்)* சுவாமி சகஜாநந்தாவுக்கு உரிமையாயிற்று. அன்றைய தென்னார்க்காடு மாவட்ட ஆட்சித்தலைவராக இருந்தவர் எழுதிய குறிப்பு இதுதான்.

டி.டி.எல்.எண் 2395 20 அ4

தென்னார்க்காடு மாவட்ட ஆட்சி அதிகாரி அவர்களின் நடவடிக்கைகள் தேதி: 3.9.1920 ஆர்.எப்.பி.எல். குப்பி, அய்.சி.எஸ். (I.C.S).

வாதி: சிதம்பரம் ரெவின்யூ வட்ட அதிகாரி அவர்களின் எண்.112 எஸ்.சி.யின் தேதி 2.8.1920 எண்ணிட்ட அறிக்கை

யோடு முடிவடையும் கடிதப்போக்குவரவு உரிமை மாற்றம் நிலம் சிதம்பரம் வட்டம் (திருமுட்டம் ஸ்ரீமுஷ்ணம்) கள்ளிப்பாடி கிராமம் சகஜாநந்தா சிதம்பரம். மேற்பார் வையாளர் நந்தனார் பள்ளிக்கூடம், சிதம்பரம்.

மேற்படி நிலத்தைப் பார்வையிட நான் முடிவு செய்தேன். பார்க்கவும் செய்தேன். கடிதக்கட்டில் இருக்கும் எல்லா அறிக்கைகளும் தவறாகக் கருதச் செய்வனவாக உள்ளன. சரியான அறிக்கைகள் மற்றொரு காகிதக்கட்டில் உள்ளன. நாள் மேற் பார்வையிடுவதற்கு முன் அவை எனக்குக் காட்டப்படவில்லை. வடப்பகுதி எல்லா பகுதிகளையும்விட மிக உயர்ந்தப்பகுதி. எனவே, நீர்த்தேக்கிவைக்க உபயோகப் படாது. இடையிலிருப்பது தாழ்வான நிலப்பகுதி.

குணமங்கலம் ஏரியின் மிகுதிப்படி நீர் வடிகாலாக அது வேண்டப்படுகிறது. நிலக்கிழார் வி.வேலாயுதம் பிள்ளை அவர்கள் தான் இந்த உரிமைமாற்றத்திற்கு முக்கிய எதிரி. நான் நிலத்தைப் பார்வையிட்டேன் என்று தெரிந்தவுடன், வடப்பகுதி நீர்த்தேக்கத்திற்கு வேண்டியிருக்கிறது என்ற வார்த்தையை கைவிட்டார்.

ஆனால், கிராமத்திற்கு வேண்டிய இடம் என்று தற்போது கூறுகிறார். இந்தவகையாக, இந்த ஆட்களின் வாதங்கள் பொருத்தமில்லாமல் இருப்பதால், அவை மதிக்கத்தக்கவை யாக இல்லை.

ஆர்.எப்.பி.எல்.குப்பி மாவட்ட ஒப்பம் ஆட்சி அதிகாரி

அங்கு மாவட்ட ஆட்சித்தலைவர் நேரிடையாக வரவில்லை. என்றால், சாதிவெறிதான் வெற்றி பெற்றிருக்கும். (ஆதாரம்: இராவ்பகதூர் எம்.சி.இராஜா, ஒடுக்கப்பட்ட இந்துக்கள், அம்பேத்கர் சிந்தனைக்கூடம், சென்னை31; நந்தனார் கல்விக் கழகத்திற்கு நிலங்கிடைத்த வரலாறு, பெருந்தலைவர் எல்.இளைய பெருமாள் எம்.எல்.ஏ, அவர்களின் மணிவிழா மலர். (23.9.1984),பக்க. 48–49).

பெரியாருடன் சுவாமி சகஜாநந்தா

15.16–11–1924 அன்று திருவண்ணாமலையில் ஈ.வெ. இராமசாமி நாயக்கர்) பெரியார் அவர்களின் தலைமையில் தமிழ்நாட்டுக் காங்கிரஸ் கூடியது. இம்மாதம் 15, 16ந் தேதி களில் திருவண்ணாமலையில் தமிழர் மகாநாடு சிறப்பாக நடந்தேறியது.

முதல்நாள் சனிக்கிழமையன்று காலை மகாநாட்டின் அக்கிரர்சனர் ஈ.வே. இராமசாமி நாயக்கர் வந்து சேர்ந்தார்.

நாயக்கர் புகைவண்டி நிலையத்திலிருந்து நன்கு அலங் கரிக்கப்பட்டிருந்த தெருக்களின் வழியாக மிகுந்த ஜனக் கூட்டத்திலேயே ஊர்வலமாக தமது விடுதிக்கு அழைத்துச் செல்லப்பட்டார்.

பிற்பகல் சுமார் 2 மணிக்கு தோரணங்களாலும், பல வர்ணக் கொடிகளாலும் அலங்கரிக்கப் பட்டிருந்த தகரக் கொட்டகையில் மாநாடு ஆரம்பமாயிற்று. சுமார் 200 பிரதி நிதிகள் விசயம் செய்திருந்ததுடன், ஆயிரம் பேருக்கு மேல் நடவடிக்கைகளைக் கவனிக்க வந்திருந்தனர். இவர்களில் பெண்மணிகள் சுமார். 100 பேர் இருப்பார்கள்.

அம்மேடையில் வீற்றிருந்தவர்களில் முக்கியமானவர் கீழ்கண்டவர்களாவர். யாகூப் ஹாசன். சி. இராஜகோபாலாச் சாரியார், எஸ்.ஸ்ரீநிவாச அய்யங்கார். டாக்டர்.பி.வரதராஜுலு நாயுடு, திரு.வி. கல்யாணசுந்தர முதலியார், டாக்டர். இராஜன், வி.சக்கரைச்செட்டியார். தங்கப்பெருமாள் பிள்ளை, எஸ்.ராமநாதன், கே.சந்தானம், கே.எஸ்.சுப்பிரமணியம். காசாசயம். வ.வே.சு.அய்யர், கிருஷ்ணசாமி சர்மா, இராய சொக்கலிங்கஞ் செட்டியார், இரத்தினசபாபதி கவுண்டர், சுவாமி சகஜாநந்தா, அசலாம்பிகையம்மாள், நாகம்மாள் (நாயக்கரின் மனைவியார்) இராமாமிருதம் அம்மாள் முதலியோர் மேடையில் அமர்ந்திருந்தனர்.

ஈ.வெ.இராமசாமி நாயக்கர் அக்கிராசனப் பீடத்திலிருந்து தமது அக்கிராசனப் பிரசங்கத்தைப் படித்தார். ஆதாரம் (திரு.வி.க. அவர்கள் எழுதிவைத்த வாழ்க்கைக் குறிப்பு2,

(2000), பக்,264) திரு.வி.கவின் நவசக்தியில் கீழ்கண்ட தலைவர்களில் சுவாமி அவர்கள் பங்கேற்றதையும் காணலாம்.

பெரியாரின் முதல் சுயமரியாதை மாநாட்டில் சுவாமி சகஜாநந்தா

1929ஆம் ஆண்டில் செங்கல்பட்டில் நடந்த முதல் சுய மரியாதை இயக்க மாநாடு ஆதிதிராவிட மக்களின் முன்னிலையில் நடந்தது என்றால் அதுமிகையாகாது. இம்மாநாட்டில் ஆதிதிராவிடர் மக்களின் தலைவர்களான மதுரைப்பிள்ளை, சுவாமி சகஜாநந்தா, கோவை ஆர்.வீரய்யன், தந்தை என்.சிவராஜ் ஆகியோர் கலந்து கொண்டனர்.

இம்மாநாட்டுத் தலைவரை பெரியார் அவர்கள் முன்மொழிந்து பேச வழிமொழிந்து பேசியவர்களில், தந்தை என். சிவராஜ் முதன்மையானவர் ஆவார். இம்மாநாட்டில் சிறுமியாக இருந்த அன்னை சத்தியவாணிமுத்து சுயமரியாதை இயக்கத் தம்பதிகளாகயிருந்த தன் தந்தையார் க.நாகைநாதர் அன்னையார் ஜானகி அம்மாள் ஆகியோருடன் கலந்து கொண்டது குறிப்பிடத்தக்கதாகும்.

18.09.1932 அன்று சிதம்பரத்தில் சுவாமி சகஜாநந்தா தலைமையில் காந்தியைக் கண்டித்து நடைபெற்றக் கூட்டத்தில் சுவாமி அவர்கள் ஆற்றிய உரையினை அப்படியே பெரியார் அவர்கள் தமது குடிஅரசு இதழில் வெளியிட்டார். (25.09.1932) தென்னாற்காடு (கடலூர்) மாவட்டத்தில் (குறிஞ்சிப்பாடி) சாத்தப் பாடியில் சுவாமி சகஜாநந்தா அவர்கள் ஆதிதிராவிடர் மாநாடு நடத்த ஏற்பாடு செய்திருந்தார்.

இவை பார்ப்பனர்களின் சூழ்ச்சியால் சாதி இந்துக்கள் இம்மாநாட்டினை நடத்தவிடவில்லை. இச்சம்பவத்தை வியாசர்பாடி சமதாம இளைஞர் கழகம் கூட்டம் போட்டு இதனைக் கண்டித்தனர். இவற்றையும் 19.07.1936 போட்டு அன்று பெரியாரவர்கள் தமது குடிஅரசு இதழில் வெளியிட்டு, சுவாமி சகஜாநந்தா அவர்களுக்கு ஆதரவுக்கரம் நீட்டியவராவார்.

டாக்டர். அம்பேத்கருக்கு சுவாமி சகஜாநந்தா பாராட்டுரை

நமது சபாநாயகர் ஜெ.சிவசண்முகம் பிள்ளையவர்கள் மற்றைய மாகாணங்களும், அந்நியநாடுகளும் மெச்சும் முறையில் சட்டசபை நடத்தி வருகின்றார். டாக்டர். அம்பேத்கர் உலகம் மெச்சும் முறையில் இந்திய அரசாங்கத்திற்கு சட்டம் வகுத்துக்கொடுத்தார்.

இது நமது குல திருவள்ளுவரை ஞாபகமூட்டுகிறது. திரு.பி.பரமேஸ்வரன் அவர்கள் முன்னாள் அமைச்சராக யிருந்து அருந்தொண்டாற்றிய தலைவர். மற்றும் அவர் சென்னை மேயராக இருந்து சென்னை மாநகரக்கழகத்தைத் திறம்பட நடத்தி வருகிறார். நம் வகுப்பினர் சந்தர்ப்பம் கிடைத்தால் மற்றவர்களிலும் சிறப்பாக முன்னேற்றம் பெறுவார்கள்.

சிலர் கலெக்டராகவும், சூப்பிரண்டெண்டுகளாகவும், செகரட்ரிகளாகவும் அரசாங்கத்தைத் திறம்பட நடத்தி வருகின்றனர். இதனால் ஆதிதிராவிடர்கள் நல்ல குலத்தவ ரென்பது புலப்படும். இம்மக்களுக்கு நைச்சியம் (அடக்கம்) ஜென்மகுணமாகும். ஏனையோருக்கு அகங்காரம் ஜென் மசித்தம் (பிறவிக்குணம்) ஆகும். இதைப்போக்க காந்திஜி இம்மக்களோடு உயர்சாதியினர் உணவு உண்ணவேண்டு மென்றார்.

(சென்னை மாகாண ஆலயப் பிரவேச மசோதாவை ஒட்டி சகஜாநந்தா அடிகளார் தமிழகச் சட்டமன்றத்தில் 1.4.1947 அன்று மேற்கண்டவாறு ஆற்றிய உரையாகும்.)

டாக்டர். அம்பேத்கருக்கு சுவாமி சகஜாநந்தா எழுதிய கடிதம்

*1942*இல் நாக்பூரில் நடைபெற்ற அகில இந்திய தாழ்த்தப் பட்ட வகுப்பினர் மாநாடு வெற்றியடைய வாழ்த்து தெரிவித்து

சகஜாநந்தா எம்.எல்.ஏ., அவர்கள் அம்பேத்கருக்கு எழுதிய கடிதம்.

I wish the conference all success it deserves.

S. Sahajananda, M.L.A,

Chidambaram, Tamilnadu

16.07.1942

ஆதாரம் (All India Scheduled Castes Federation Report, 1942).

அம்பேத்கர் இல்லத்தில் சுவாமி சகஜானந்தா சந்திப்பு

பம்பாயில் அம்பேத்கரின் சுதந்திரத் தொழிலாளர் கட்சி தொழிலாளர்களின் ஒரு நாள் வேலைநிறுத்தம் பெரும் தாக்கத்தை ஏற்படுத்தியது. அதன் விளைவாக, அய்க்கிய மாகாணங்களின் விவசாயிகளின் தலைவர் சுவாமி சகஜானந்தா 1938 டிசம்பர் 25ஆம் நாள் பம்பாயில் அம்பேத்கரை அவருடைய இல்லத்தில் சந்தித்தார்.

பம்பாயில் தொழிலாளர்கள் பிரச்சினை பற்றியும் பொது வாக விவசாயச் சீர்திருத்தங்கள் குறித்தும் அம்பேத்கருடன் பேசினார். ஒரு முன்னணி அமைத்து, ஏகாதிபத்தியத்திற்கு எதிராகப் போராடுவதற்காக, அம்பேத்கர் காங்கிரசில் சேர வேண்டும் என்று வற்புறுத்தினார். காங்கிரசுக் கட்சி பிரிட்டிஷ் ஏகாதிபத்தியத்தை எதிர்த்துப் போராடுவதென முடிவு செய்யுமானால், நான் மகிழ்ச்சியுடன் சுதந்திரத் தொழிலாளர் கட்சியைக் கலைத்து விடுவேன்.

ஆனால், காங்கிரசுக் கட்சியோ அரசியலமைப்பு வழங்கியுள்ள நலன்களைப் பலியிட்டு முதலாளிகளின், சுயநலச் சக்திகளின் நலன்களைப் பெருக்குவதற்காகப் பயன்படுத்திக் கொண்டிருக்கிறது. ஆகவே, நான் காங்கிரசில் சேர இயலாது என்று விடை பகன்றார். (அம்பேத்கர் வாழ்க்கை வரலாறு, க.முகிலன், மார்க்சியப் பெரியாரியப் பொதுவுடைமைக்கட்சி, பக்.464).

....காங்கிரஸ், வலதுசாரிகள் வெறுத்த செங்கொடியை அவரே இப்பொழுது எதிர்க்கும் அளவிற்கு அவரைப் பழக்கி விட்டார்கள். காங்கிரசிலுள்ள வலதுசாரிகளைப் பொறுத்தவரையிலும் இந்தச் செங்கொடி வெறுப்பதற்குரிய ஒன்றுதான். பீகாரில் காங்கிரசின் வலதுசாரிப் பிரிவு தன் கோர முகத்தைக் காட்டிவிட்டது. விவசாயிகளின் தலைவரான சுவாமி சகஜானந்தா காங்சிரசை விட்டு விலகிவிட்டார்.

அவருடைய நண்பரான திரு.ஜெயப்பிரகாஷ் நாராயண் விரைவில் விலகியிருக்கிறார். கடந்த முறை பம்பாயில் நடந்த

அகில இந்திய காங்கிரஸ் கமிட்டிக் கூட்டத்தில், காங்கிரஸ் மேடையில் சோசலிசத்தைப் பிரச்சாரம் செய்ததாக காங்கிரஸ் சோசலிஸ்டுகள் மீது காங்கிரஸ் வலதுசாரிப் பிரிவினர் குற்றம் சாட்டினர்.

குற்றவியல் சட்டத்தின்படி முதன்முறையாகக் குற்றம் செய்பவர் மிரட்டலுக்குப் பின் விடுவிக்கப்படுவதைப்போல, இந்த காங்கிரஸ் சோசலிஸ்டுகளும் மென்மையான மிரட்டலுக்கு உள்ளாக்கப்பட்டனர்.

காங்கிரஸ் சோசலிஸ்டுகளின் அரசியல் இப்படித்தான் வீண் வேலையாகப் போய்விட்டது என்றார் அம்பேத்கர். (தொழிற்சங்கம் பற்றி புரட்சியாளர் அம்பேத்கர், மொழி பெயர்ப்பு வெ.கோவிந்தசாமி, நியூ செஞ்சுரி புக் ஹவுஸ் (பி) லிட் 1930. பக்.41.) 24.1.1955, மகாநாட்டு வெளியீடு, ஜோதி பிரசு, தெற்குவீதி, சிதம்பரம்).

இவ்வாறாக சுவாமி அவர்கள், தமது இறுதி மூச்சுவரை ஆதிதிராவிடர்கள் மேம்பாட்டிற்கும் விடுதலைக்கும் உழைத்து வந்தார் என்பது பெருமைக்குரியதாகும்.

அறம் பதிப்பகத்தின் புத்தகங்கள்

3/582, முல்லைத் தெரு, கஸ்தூரிபாய் நகர்,
TNHB எதிரில், முள்ளிப்பட்டு கிராமம் & அஞ்சல்,
ஆரணி வட்டம், திருவண்ணாமலை மாவட்டம் – 632316
செல்: 9150724997, மின்னஞ்சல்: arampublication50@gmail.com

சுற்றுச்சூழல்

1. நடுங்கும் நிலம் நடுங்கா மனம்
மா.அமரேசன் — ரூ. 130
2. கண்ணுக்குப் புலப்படாத தண்ணீரும் புலப்படும் உண்மைகளும்
மா.அமரேசன் — ரூ. 50
3. சுற்றுச்சூழலும் சாதியப் புனிதமும்
மா.அமரேசன் — ரூ. 100
4. சுற்றுச்சூழலும் புத்த சமயமும்
மா.அமரேசன் — அச்சில்

கட்டுரைகள்

5. சேரி ரெண்டுபட்டால்
மா. அமரேசன் — ரூ. 100
6. நிலமெனும் ஆயுதம்
ஐ.ஜா.ம. இன்பகுமார் — ரூ. 250
7. எழுத்தில்லா புத்தகம்
கெங்கைகுமார் — ரூ. 200
8. சொற்களால் நெய்யப்பட்ட சவுக்கு
யாழன் ஆதி — ரூ. 150
9. அதோ அந்தபள்ளிக்கூடந்தான்
மா. சுரேஷ் — ரூ. 100
10. தெய்வகடினை
பேரா. ஜெயபிரகாஷ் — அச்சில்
11. கேரளாவில் பௌத்தம்
பேரா. ஜெயபிரகாஷ் — அச்சில்
12. தமிழும் பிராகிருதமும்
பேரா. ஜெயபிரகாஷ் — அச்சில்
13. மீட்சி பெறும் ஆதி புத்த அரசன் ‘வீர சாத்தன் வரலாறு’ – Dr. சா.சீ.ஜோதிமணி — அச்சில்
14. சுவாமி சகஜானந்தா
அ. அன்பானந்தன் — அச்சில்

அயோத்திதாசர்

15. ஆத்திசூடி மீள் வாசிப்பு
மா.அமரேசன் — ரூ. 240
16. ஆதிதிராவிடர் கட்டமைத்த அறிவுத்தளம்
பேரா.செ.கலியபெருமாள் — ரூ. 260
17. பெரியாருக்கு முன் அயோத்திதாசப் பண்டிதர் எழுத்துச் சீர்திருத்தம் ஓர் ஆய்வு
அ. அன்பானந்தன் — ரூ. 50

18. திருக்குறள் மீட்டெடுப்பில் பண்டிதமணி அயோத்திதாசர் பணிகள்
அ. அன்பானந்தன் — ரூ. 130

19. பன்முக ஆளுமை பண்டிதர் அயோத்திதாசர்
சீமான். இளையராஜா — அச்சில்

20. பௌத்தப் பண்டிகைகள்
சீமான். இளையராஜா — அச்சில்

21. தமிழன் கடிதங்கள் தொகுப்பு – 1
பேரா. விஜயகுமார் — அச்சில்

22. கொன்றைவேந்தன் மீள் வாசிப்பு
மா.அமரேசன் — அச்சில்

திரைத்துறை

23. இளையராஜாவின் இசைப் பாடல்களில் புத்தச் சமயக் கோட்பாடுகள்
மா.அமரேசன் — ரூ. 200

24. மகாமுனி – திரைக்கதை
சாந்தகுமார் — ரூ. 390

25. சிவாஜி கணேசனின் மார்லன் பிராண்டோ உடனான ஓர் சமர்
ம. தொல்காப்பியன் — ரூ. 100

கதைகள்

26. கிச்சிலிப் பயமாட்டம் பொண்ணு
பேரா. ஏ. மாரிமுத்து — ரூ. 330

27. கணவன் சொன்ன கதைகள்
க.இ. ஆரோன் ஜோஸ்வா ரூஸ்வெல்ட் — ரூ. 220

28. கூடிப்பேசும் பூக்கள்
மா. சுரேஷ் — ரூ. 130

கவிதைகள்

29. தம்மபதம்
யாழன் ஆதி — ரூ. 210

30. காலி கோப்பையும் தானாய் நிரம்பும் தேனீரும்
யாழன் ஆதி — ரூ. 110

31. போதலின் தனிமை
யாழன் ஆதி — ரூ. 150

32. நெடுநல்வாடான்
யாழன் ஆதி — ரூ. 50

சுயசரிதை

33. புலிப்பால்
பேரா.செ.கலியபெருமாள் — ரூ. 360

இந்த பட்டியலில் உள்ள புத்தகங்களை வாங்க விரும்புவோர் கீழ்காணும் G Pay QR codeஐ ஸ்கேன் செய்து உரிய பணம் செலுத்திவிட்டு, அந்த ரசீது, புத்தகத்தின் பெயர், உங்கள் முகவரி ஆகியவற்றை *91507 24997* என்ற வாட்ஸ்அப் எண்ணுக்கு அனுப்பினால் புத்தகங்கள் அனுப்பி வைக்கப்படும். தபால் செலவு இலவசம்.

G Pay
accepted here

ma. amaresan
+91 91507 24997

9150724997@okbizaxis